மார்க்கெட்டிங் மாயாஜாலம்

சதீஷ் கிருஷ்ணமூர்த்தி

மார்க்கெட்டிங் மாயாஜாலம்

சதீஷ் கிருஷ்ணமூர்த்தி

கிழக்கு

மார்க்கெட்டிங் மாயாஜாலம்
Marketing Maayaajaalam
Satheesh Krishnamurthy ©

First Edition: December 2005
136 Pages
Printed in India.

ISBN: 978-81-8368-103-2
Title No: Kizhakku 104

Kizhakku Pathippagam
177/103, First Floor,
Ambal's Building, Lloyds Road
Royapettah, Chennai 600 014.
Ph: +91-44-4200-9603

Email : support@nhm.in
Website : www.nhm.in

Author's Email : satheeshkrishnamurthy@gmail.com

Kizhakku Pathippagam is an imprint of New Horizon Media Private Limited

சமர்ப்பணம்

தன் சக்திக்கு மீறி என்னைப் படிக்கவைத்த
என் தந்தை வி. கிருஷ்ணமூர்த்திக்கும்,
அளவுக்கு அதிகமாக என் மீது அன்புவைத்த
என் பாட்டி சங்கரி அம்மாவுக்கும்.

உள்ளே...

என்னுரை

பீச்சிலோ பார்க்கிலோ நீங்கள் பார்த்திருப்பீர்கள், பலூன் விற்பவர் எப்படிச் சாதுர்யமாக விற்கிறார் என்பதை. அவர் 'பலூன் பலூன்' என்று உரக்கக் கத்துவதில்லை; போஸ்டரையோ வேறு விளம்பரத்தையோ ஏந்துவதில்லை; ஒன்று வாங்கினால் ஒன்று இலவசம் என்று கெஞ்சுவதில்லை. பெற்றோர்களுடன் வரும் சிறு குழந்தைகளைத் தேடிச் சென்று பலூனைத் தருகிறார். அதை வாங்கிக் கொண்ட குழந்தையின் முகத்திலோ உலகையே கையில் ஏந்தும் சந்தோஷம். அந்தக் கணம் பலூன் வியாபாரிக்குத் தெரியும், விற்பனை முடிந்துவிட்டது என்று.

என்னதான் பெற்றோர் அதட்டி உருட்டி மிரட்டினாலும் குழந்தை பலூனைத் திருப்பிக் கொடுக்கப் போவதில்லை. வேறு வழியில்லாமல் பெற்றோர் காசை வியாபாரிக்கு அழுதுவிட்டுச் செல்வார்கள்.

ஒரு வகையில் பார்த்தால் இதுதான் மார்க்கெட்டிங். பலூன் வியாபாரி செய்வதற்கும் பன்னாட்டு நிறுவனங்கள் செய்வதற்கும் அளவு மாறலாமே ஒழிய அதிகபட்ச வித்தியாசங்கள் ஏதும் இல்லை. ஆனால் பலூன்காரர் ஆயுள் முழுவதும் பலூன்காரராகவேதான் இருக்கிறார். அவர் ஊதும் பலூன்தான் வளர்கிறதே ஒழிய அவரிடத்தில் வளர்ச்சி ஏதும் பெரியதாக இருப்பதில்லை. ஆனால் பன்னாட்டு நிறுவனங்களும் பெரிய கம்பெனிகளும் தங்கள் விற்பனையை மேலும் மேலும் அதிகரித்து வளர்ச்சி காண்கின்றன.

இது ஏன்? இது எப்படிச் சாத்தியமாகிறது?

பெரிய கம்பெனிகள் மார்க்கெட்டிங்கை விஞ்ஞானபூர்வமாக அணுகி அதன் ஆதார விதிப்படி நடந்து உத்திகளை அமைக்கிறார்கள்; செயல்பாடுகளை வடிவமைத்துக் கொள்கிறார்கள். வெற்றி பெறுகிறார்கள். மேன்மேலும் வளர்ச்சியடைகிறார்கள். மார்க்கெட்டிங்கின் விதிகளையோ விஞ்ஞானத்தையோ உணராதவர்கள், உணர்ந்தும் அறிய மறுப்பவர்கள் அதிர்ஷ்டத்தை மட்டுமே நம்பி தொழில் செய்கிறார்கள். கடும் போட்டி நிரம்பிய இந்தத் தொழில் உலகத்தில், சமாளிக்கச் சிரமப்படுகிறார்கள். வளர்ச்சி காணாமல் அவதிப்படுகிறார்கள்.

இது நமக்கு உணர்த்தும் பாடம் நிதர்சனம்; இந்தப் போட்டி யுகத்தில் எந்த சிறுதொழிலும் வாழ, வளர, வளம் பெற அத்தியாவசியமானது மார்க்கெட்டிங். நீங்கள் பட்டம் செய்து விற்கும் பாமரராக இருந்தாலும் சரி, பெட்டிக்கடை வைத்திருக்கும் வியாபாரியாக இருந்தாலும் சரி, பன்னாட்டு கம்பெனியின் நிர்வாகியாக இருந்தாலும் சரி, மார்க்கெட்டிங்கின் ஆதார விதிகளை அறிந்து கொள்வது அவசியம். அவசரமும்கூட.

ஆதார விதிகள் என்பதால் மார்க்கெட்டிங்கை ஏதோ கம்ப சூத்திரம் என்ற எண்ணிவிட வேண்டாம். நிர்வாகவியல் அறிஞர்கள், காலம்காலமாக உலகெங்கும் உள்ள பெரிய கம்பெனிகள் முதல் சிறிய கடைகள் வரை, அவர்கள் தொழில் செய்யும் விதத்தை அலசி, ஆராய்ந்து, அவர்களது வெற்றி தோல்வியின் ரகசியத்தைப் புரிந்துகொண்டு, வாடிக்கையாளர்கள் வாங்கும் முறை, குணாதிசயங்களை அறிந்து மார்க்கெட்டிங்கின் வெற்றிக்கு வித்திடும் விதிகளை, வழிமுறைகளை, நெறிமுறைகளை வரையறுத்துக் கொடுத்துள்ளனர். இவற்றைப் பயன்படுத்தித்தான் கம்பெனிகள் இந்தியாவிலும் சரி, அயல்நாடுகளிலும் சரி பெரும் வெற்றி பெறுகின்றன. தொடர்ந்து வெற்றி பெற்று வருகின்றன.

அந்த விதிகளை, பாடங்களை, படிப்பினைகளை, வழிமுறைகளைத்தான் நான் இந்தப் புத்தகத்தில் உங்களுக்கு அறிமுகப் படுத்தியிருக்கிறேன். முடிந்தவரை இந்த இயலின் தாத்பரியத்தை, பரிணாமத்தை, செயலாக்கத்தை நாம் தினம் சந்திக்கும், உபயோகிக்கும் பொருள்களை கொண்டு, ப்ராண்ட்களைக் கொண்டு விளக்க முயற்சி செய்திருக்கிறேன்.

இந்தப் புத்தகம் நிர்வாகவியல் மாணவர்களுக்கு மட்டுமே எழுதப்பட்டது அல்ல. அவர்களும்கூடப் படிக்கும்படியாகத் தான் அமைத்திருக்கிறேன். நீங்கள் ஏதேனும் யாருக்கேனும்

விற்பவரோ மார்க்கெட்டிங் செய்பவரோ எனில், இந்தப் புத்தகம் உங்களுக்காகத்தான். நீங்கள் பயன்பெறத்தான்.

இந்தப் புத்தகத்தைப் படித்து முடிக்கும் பொழுது மார்க்கெட்டிங்கைக் கரைத்துக் குடித்திருப்பீர்கள் என்று சொல்லவில்லை. மார்க்கெட்டிங் என்னும் வெற்றி ஈட்டித் தரும் இயலின் ஆதார விதிகளை அறிமுகப்படுத்தியிருக்கிறேன். அவ்வளவே. இந்த அறிமுகம்கூடப் பெறாதவர் ஆயுள் முழுவதும் பீச்சிலோ பார்க்கிலோ பலூன் மட்டுமேதான் விற்றுக் கொண்டிருக்க வேண்டியிருக்கும் என்று நினைவில் நிறுத்திக் கொள்வது நல்லது.

சென்னை

அன்புடன்
சதீஷ் கிருஷ்ணமூர்த்தி

மார்க்கெட்டிங் எதற்கு?

"மார்க்கெட் எப்பொழுதுமே வேகமாக மாறுகிறது.
மார்க்கெட்டிங்கைவிடவும்."

1991. நம் நாட்டின் தலையெழுத்தை மாற்றிய வருடம். பொருளாதார அடிமைகளாக, வர்த்தக உலகில் ஏழைகளாக, பணம் சம்பாதிப்பதென்பதையே பாவச் செயலாக நினைத்து வாழ்ந்த நம் வாழ்க்கையை, நம் சிந்தனைகளைத் திசை திருப்பிய வருடம்.

1991. விரும்பிய சாமான்களை வாங்க வழி இல்லாமல், வாங்கிய சாமான்களை மட்டுமே விரும்பப் பழக்கப்பட்டிருந்த நம்மை மாற்றிய வருடம். ஒரு டி.வி. வாங்க வேண்டும் என்று கடைக்குச் சென்றால், கடையில் இருந்ததோ ஓர் ஈசீ டி.வி., ஒரு கெல்ட்ரான், ஒரு டயனோரா, அவ்வளவுதான். இதில் இரண்டு, அரசாங்கத்துக்குச் சொந்தமான கம்பெனிகளின் தயாரிப்பு. அவற்றின் தரம், எத்தனை முறை டி.வி. மெக்கானிக் நம் வீட்டுக்கு வரமுடியும் என்பதை பொருத்தது. *1991*. இதுபோன்ற அவலங்கள் முடிவுக்கு வந்த வருடம்.

ஒருமுறை என் நண்பனை கேட்டேன், அவன் ஏன் பி.எஸ்ஸி. இயற்பியல் எடுத்தானென்று. அவன் சொன்னான், 'நான் எடுக்கல, அதான் கொடுத்தாங்க!' நம் ஷாப்பிங்கிலும் அதுபோல் விரும்பியதை எடுக்காமல் எடுத்ததை விரும்பக் கற்றுக் கொண்டிருந்த நம்மை மாற்றிய வருடம் - *1991*.

1991. நாட்டின் வளர்ச்சி என்பதே ஏதோ 'எங்க வீட்டுக்காரரும் கச்சேரிக்குப் போறார்' என்ற *3-4%* வளர்ச்சி என்ற சிந்தனை

எவ்வளவு சிறுபிள்ளைத்தனமானது என்று நமக்குப் புரிய ஆரம்பித்த வருடம். 8% வரை வேண்டுமா, இல்லை 10% வரை செல்ல என்ன சாத்தியக்கூறுகள் என்று நாம் இப்பொழுது 2005-ல் யோசிக்கப் பிள்ளையார் சுழி போட்ட வருடம்.

1991-க்கு பின்தான் எத்தனை மாற்றங்கள். கார் என்றாலே அம்பாசிடர் அல்லது ஃபியட்தான் என்பது போய் நூற்றுக்கும் மேற்பட்ட மாடல்களில், ஆயிரத்துக்கும் மேற்பட்ட வண்ணங் களில், கார்கள் இப்படியும் இருக்குமா என்று நாம் சிந்திக்கும் இந்தக் காலம் வரை எத்தனை மாற்றங்கள்! ஒரு ஸ்கூட்டர் வாங்க முன்பதிவு செய்து ஒரு வருடம் வரை காத்திருந்த காலம் போய், எங்கள் ஸ்கூட்டர் ப்ராண்டை வாங்கக் குறைந்த வட்டிக் கடன், நாங்களே உங்கள் வீடு தேடி வந்து தருகிறோம் என்று கூறும் ஸ்கூட்டர் விற்பனையாளர்கள் இருக்கும் இந்தக் காலம் வரைதான் எத்தனை மாற்றங்கள்.

ஒரு பொருள் வாங்கினால் அதன் ரசீதில், 'வாங்கிய பொருள் எக்காரணம் கொண்டும் திரும்ப எடுத்துக் கொள்ளப்பட மாட்டாது' என்று கடைகள் எச்சரித்த காலம் போய், 'எங்கள் ப்ராண்டை உபயோகித்துப் பாருங்கள். பிடிக்கவில்லை என்றால் பணம் வாபஸ்' என்று அதே கடைகள் விளம்பரம் செய்யும் இந்தக் காலம் வரை எத்தனை மாற்றங்கள்.

எத்தனை மாற்றங்கள், எத்தனை புதிய பொருள்கள். ஒவ்வொரு பொருளிலும் எத்தனை நூறு ப்ராண்ட்கள். எத்தனை புதிய தொழில்கள், எத்தனை கடைகள், எத்தனை வளர்ச்சி, எத்தனை வேகம்.

இதுதான் சந்தைப் பொருளாதாரம். இன்று நாம் வணங்கி நேசிக்கும் நவீன குலதெய்வம். கடந்த பதினைந்து வருட மாற்றங்களுக்கு ஆதாரமாக, இந்த மாற்றங்களுக்கு ஆகாரமாக, அதன் வளர்ச்சிக்கு வித்திட்ட கற்பக விருட்சம். முன்னேற்றப் பாதையில் நம்மை இட்டுச் செல்லும் இயந்திரக் குதிரை.

நிற்க.

இந்தப் புத்தகம் மார்க்கெட்டிங் பற்றியது என்றல்லவா நினைத் தேன். இது என்ன 1991, மாற்றங்கள், சந்தைப் பொருளாதாரம் என்று கதை வேறு எங்கெங்கோ போகிறதே என்று நினைக்கி றீர்களா? கவலை வேண்டாம். இந்தப் புத்தகம் மார்க்கெட்டிங்

பற்றியதுதான். மார்க்கெட்டிங்குக்கு வித்திட்ட, அதற்கு முக்கியத்துவம் வரக் காரணமாக இருந்தவற்றைத்தான் நான் முதலில் கொடுத்தேன்.

மார்க்கெட்டிங் என்கிற சொல்லுக்கு அர்த்தம் வந்ததே **1991**-க்கு பிறகுதான். சந்தைப் பொருளாதாரம் போட்ட குட்டிதான் மார்க்கெட்டிங். சிந்தித்துப் பாருங்கள். மிஞ்சிப் போனால் மூன்று அல்லது அதிகபட்சம் நான்கு ப்ராண்ட் டி.வி.க்கள் மட்டுமே விற்கப்பட்டு வந்த, சந்தைப் பொருளாதாரத்துக்கு முற்பட்ட இந்தியாவில், அந்த டி.வி.க்களை விற்க மார்க்கெட்டிங் எதற்கு? இருந்ததோ இரண்டே இரண்டு கார் கம்பெனிகள். அவற்றின் கார்களை விற்க மார்க்கெட்டிங் ஒரு கேடா? வாங்க ஆள் ரெடி. விற்கத்தான் போதுமான பொருள்கள் இல்லை என்கிறபோது மார்க்கெட்டிங்தான் எதற்கு.

இவ்வளவு ஏன். மார்க்கெட்டிங் என்பதற்கு ஈடான சொல் தமிழில் புழக்கத்தில் இல்லை, தெரியுமா உங்களுக்கு. அட ஐயா, தேவை இருந்தால்தானே சொல் இருக்கும். ‘விற்பனை’ என்கிற சொல் இருக்கிறதே என்கிறீர்களா? அது ‘சேல்ஸ்’ (Sales) என்பதற்கு ஈடான தமிழ்ச்சொல். மார்க்கெட்டிங்குக்கும் சேல்ஸுக்கும் குறைந்தபட்ச வித்தியாசங்கள் நிறையவே உண்டு. இன்னும் சொல்லப் போனால் சேல்ஸ் என்பது மார்க்கெட்டிங் கின் ஓர் அங்கம். அவ்வளவுதான். இதைப் பின்னால் விரிவாகப் பார்ப்போம்.

ஆக, மார்க்கெட்டிங் என்கிற தாரக மந்திரத்துக்கு வித்திட்ட மூல மந்திரம்தான் சந்தைப் பொருளாதாரம். மார்க்கெட்டிங் என்ற சித்தாந்தம் வளரக் காரணம் சந்தைப் பொருளாதாரம். அது உருவாக்கிய சந்தைப் போட்டிகள். அதனால் உருவான நூற்றுக் கணக்கான கம்பெனிகள். அந்த கம்பெனிகள் உருவாக்கிய ஆயிரக்கணக்கான ப்ராண்ட்கள். இத்தனை ப்ராண்ட்களையும் விற்க கம்பெனிகள் செய்யும் பிரம்மப் பிரயத்தனம்தான் மார்க்கெட்டிங்.

மார்க்கெட்டிங் வளர்த்து விசுவரூபம் எடுக்க சந்தைப் பொருளா தாரம் மட்டுமா காரணம். ஒரு வழியில் நான், நீங்கள், நம் குடும்பத்தார், நம் குழந்தைகள் என நாம் அனைவரும்கூடக் காரணம். இல்லையா பின்னே? வாடிக்கையாளர் வர்க்கம் நாம். நம் ஷாப்பிங் முறைகளில்தான் எத்தனை மாற்றங்கள்.

ஆறாம் வகுப்பில் வாங்கிய பேனாவை ஆபீசிலிருந்து ரிடையர் ஆகும் வரை வைத்திருந்த நம் அப்பாக்களிலிருந்து எட்டாம் வகுப்பிலேயே செல்போன் கேட்கும் இந்தக் காலம் வரை நாம்தான் எத்தனை மாறியிருக்கிறோம்! விசேஷம் என்றால் மட்டுமே புடைவை வாங்கிய நம் அம்மாக்கள் காலம் முதல் புடைவை வாங்குவதே ஒரு சாதாரண விஷயமாகிவிட்ட இந்தக் காலம் வரை நம் பெண்கள்தான் எத்தனை மாறியிருக்கிறார்கள்!

இது மட்டுமா? 'கடன்பட்டாற் நெஞ்சம் போலக் கலங்கினான் இலங்கை வேந்தன்' என்று கடன் வாங்க அவமானப்பட்ட காலம் போய் டூவீலர் லோன், ஹவுசிங் லோன், பர்சனல் லோன் என்று எடுக்க 'லோ லோ' என்று அலையும் நாம்தான் எத்தனை மாறியிருக்கிறோம்!

'அடுத்தாத்து அம்புஜத்தை பார்த்தேளா' என்று அங்கலாய்த்து வெறும் பெருமூச்சு விட்ட காலம் போய், 'அவா மட்டும் தானா, எங்காத்துலேயும் ஹோம் தியேட்டர் இருக்கு' என்று தம்பட்டம் அடித்துப் பழக்கப்பட்டுவிட்ட இந்தக் காலம் வரை எத்தனை மாறியிருக்கிறோம்!

இதை விடுங்கள். பொருள் வாங்கும் முறையில்தான் எத்தனை மாற்றங்கள். க்யூவில், கூட்டத்தில் நின்று வாங்கிய காலம் போய் கடைக்கு ஃபோன் செய்து ஃபிரீ டெலிவரி எதிர்பார்க்கும் இந்த காலம் வரை; கடைத் தெருவில்தான் பொருள்கள் விற்கும் என்ற காலம் போய் நம் வீடு தேடி வந்து விளக்குமாற்றுக் கட்டையில் இருந்து வேக்யூம் க்ளீனர் வரை விற்கத் தயாராக இருக்கும் கம்பெனிகள் இருக்கும் இந்தக் காலம் வரை எத்தனை மாற்றங்கள்!

நாம் இப்படி மாறியிருப்பதால் சந்தைப் பொருளாதாரம் வளர்கிறதா, இல்லை சந்தைப் பொருளாதாரத்தின் வளர்ச்சியால் நாம் மாறுகிறோமா என்கிற 'கொடி அசைந்ததும் காற்று வந்ததா' நிலைமைதான் இன்று.

எது எப்படியோ, வாடிக்கையாளர்களாக நாம் மாறியிருக் கிறோம். அதிகம் தேடுகிறோம். நிறைய வாங்குகிறோம். நம் தேவைகளைத் தீர்க்க பல ரகங்களில் பொருள்கள். நம் தேவை களுக்கு அதிகமாகவே டஜன் கணக்குகளில் ப்ராண்ட்கள். நாளொரு கம்பெனி, பொழுதொரு ப்ராண்டின் பிறப்பு. ஒரு

சாதாரண குளியல் சோப்பு வாங்க வேண்டும் என்றாலே கடையில் நூற்றுக்கும் மேற்பட்ட ப்ராண்ட்கள். இதே கதைதான் நாம் வாங்கும் பல பொருள்களிலும். இதனால் எழும் வியாபாரப் போட்டிகள், பொறாமைகள். ‘அந்த ப்ராண்டை வாங்காதே, என் ப்ராண்டை வாங்கு’ என்று ஒவ்வொரு கம்பெனியும் கூவிக் கூத்தாடிக் குழைந்து விற்கும் நிலைமை.

இந்த ஆட்டு மந்தை வியாபாரக் கூட்டத்தில் நீங்கள் தனியாகத் தெரிந்து உயரமாக மிளிர உங்களுக்குத் தேவை ஓர் உயர்ந்த ஆசனம். இந்தச் சந்தைச் சத்தத்தில் உங்கள் தொழிலின் குரல் உயர்ந்து ஒலிக்க உங்களுக்குத் தேவை ஓர் ஒலிபெருக்கி. உங்கள் போட்டியாளர் மத்தியில் உங்கள் பொருள்களை அழகாக்கி வாடிக்கையாளர்களை மயக்கி வாங்கச் செய்ய உங்களுக்குத் தேவை ஒரு ப்யூட்டி பார்லர்.

அந்த ஒலிபெருக்கி, அந்த ஆசனம், அந்த ப்யூட்டி பார்லர்தான் மார்க்கெட்டிங். உங்கள் தொழில் எதுவாக இருந்தாலும் (அது சட்டத்துக்கு உட்பட்டதாக இருக்கும் பட்சத்தில்) அதன் வெற்றிக்கு இன்றியமையாதது மார்க்கெட்டிங். புரியாதவர்களுக்கு இது ஒரு புதைகுழி. புரிந்தவர்களுக்கோ இது ஒரு காமதேனு. சுருங்கச் சொல்ல வேண்டும் என்றால், மார்க்கெட்டிங் உங்கள் வெற்றிக்கும் தோல்விக்கும் உள்ள வித்தியாசம்.

வாருங்கள் செல்வோம், இந்த வசீகர உலகுக்கு.

மார்க்கெட்டிங் என்றால் என்ன?

‘மார்க்கெட்டிங் இரண்டே இரண்டு விதிகள்தான்:
முதல் விதி: வாடிக்கையாளர் சொல்வதே சரி.
2-வது விதி: வாடிக்கையாளர் சொல்வது தவறு என்று நீங்கள் நினைத்தால் முதல் விதியை மீண்டும் ஒருமுறை படிக்கவும்.’

‘மார்க்கெட்டிங் என்பது பொருள்களை விற்கப் பயன்படும் உத்தி’ என்ற பொதுவாகக் கூறுபவர்கள் உண்டு. அப்படி ஒரே ஒரு வரியில் எளிதாக விளக்கக்கூடியது அல்ல மார்க்கெட்டிங்.

மார்க்கெட்டிங் என்பது ஒரு செயல்முறை, ஒரு பிராசஸ் (Process). ‘உங்கள் வாடிக்கையாளரைத் தெரிந்து, அறிந்து, புரிந்து அவர் தேவைகளை மற்ற போட்டியாளர்களை விடச் சிறந்த முறையில் பூர்த்தி செய்து அவரை மகிழ்விக்கும் செயல்முறை தான் மார்க்கெட்டிங். இந்த விளக்கத்தின் முக்கியமான நான்கு அம்சங்களைப் பார்ப்போம்.

வாடிக்கையாளர்

ஆங்கிலத்தில் கூற வேண்டுமெனில் கஸ்டமர். மார்க்கெட்டிங் என்பது மதம் என்றால், வாடிக்கையாளர்தான் அந்த மதத்தின் இஷ்டதெய்வம். மார்க்கெட்டிங் என்னும் கோள் சுற்றி வரும் சூரியன்தான் வாடிக்கையாளர்.

யார் இந்த வாடிக்கையாளர்? ஒரு பொருளை வாங்குபவரா; அப்பொருளை வாங்கத் தூண்டுபவரா; அந்த பொருளை வாங்க முடிவெடுப்பவரா அல்லது அந்தப் பொருளை உபயோகிப் பவரா?

அனைவரும்!

ஓர் உதாரணத்தைப் பார்ப்போம். ஒரு சலூனுக்குச் சென்று நீங்கள் முடிவெட்டிக் கொள்கிறீர்கள் என்று வைத்துக் கொள்வோம். அந்த சலூன் கடைக்காரருக்கு நீங்கள் வாடிக்கையாளர். சரி. இதே நீங்கள், உங்கள் மூன்று வயது மகனுக்கு ஐஸ் க்ரீம் வாங்கிக் கொடுக்கிறீர்கள் என்றால், அப்பொழுது அந்த ஐஸ் க்ரீம் விற்பவருக்கு யார் வாடிக்கையாளர்? ஐஸ் க்ரீம் வாங்கிய நீங்களா அல்லது அந்த ஐஸ் க்ரீமைச் சாப்பிடும் உங்கள் மகனா?

இருவருமே வாடிக்கையாளர்தான். ஐஸ் க்ரீம் கடைக்காரர் உங்கள் மகனைக் கவர்ந்து கடைக்குள் இழுக்க வேண்டும். அதே போல் உங்களையும் கடைக்குள் வரவழைக்க முற்பட வேண்டும். உங்கள் இருவரில் ஒருவரைக் கவரத் தவறினாலும், ஐஸ் க்ரீம் கடைக்காரர் விற்பனையை இழக்க வேண்டும்.

அமெரிக்காவில் நடந்த ஒரு சம்பவம் இதை இன்னமும் நன்றாக விளக்கும். பல வருடங்களுக்கு முன்னால் ஒரு கம்பெனி நாய்களுக்கென்று பிரத்யேகமான ஓர் உணவைத் தயாரித்து விற்பனை செய்ய முடிவெடுத்தது. அந்த 'நாய் உணவை' சிறந்த முறையில் பேக்கிங் செய்து அதன் லேபிள் டிசைன், கலர் என்று அனைத்தையும் சிறந்த முறையில் செய்தது. உணவு நாய்க்கு என்றாலும், அதை வாங்குவதென்னவோ நாயை வளர்ப்பவர் தானே என்று அவரைக் கவர இத்தனையையும் செய்தது அந்த கம்பெனி. ஆனால் அத்தனை சிரமத்துக்குப் பின்னும் அந்த 'நாய் உணவு' ப்ராண்ட் விற்காமல் தோல்வி கண்டது.

பல மாத ஆராய்ச்சிக்குப் பிறகு தோல்விக்கான காரணத்தைக் கண்டுபிடித்தது அந்த கம்பெனி. அந்த 'நாய் உணவு' ப்ராண்ட் எல்லோருக்கும் பிடித்திருந்தது... நாய்களுக்குத் தவிர. ஆம். நாய்களுக்கு அந்த உணவின் சுவை பிடிக்கவில்லை. பேக்கிங், கலர், ப்ராண்ட் நேம் என எல்லாவற்றிலும் கவனம் செலுத்திய அந்த கம்பெனி 'நாய் உணவின்' தரத்தில் கோட்டை விட்டு விட்டது.

இந்த உண்மைச் சம்பவம் உணர்த்தும் பாடம் இதுதான். நீங்கள் விற்கும் பொருளின் வாடிக்கையாளர் யார், அந்தப் பொருளை வாங்குவதில், முடிவெடுப்பதில், உபயோகிப்பதில் யார் யாருக்கு என்னென்ன பங்கு என்பதை அறிவது அவசியம். அதை அறியத் தவறினால், அந்த 'நாய் உணவு' ப்ராண்டுக்கு ஏற்பட்ட கதிதான் உங்கள் பொருளுக்கும்.

தேவைகள்

மார்க்கெட்டிங் என்கிற செயல்முறையின் இரண்டாவது முக்கிய அங்கம் - உங்கள் வாடிக்கையாளரின் தேவைகள். தேவை என்றால் என்ன? ‘எனக்கு ஒரு மோட்டார் வாகனம் வேண்டும்’ என்று ஒரு வாடிக்கையாளர் கூறினால், அதுதான் அவரது தேவை என்று எடுத்துக் கொள்ளலாமா?

இல்லை. அது வெறும் தேவை இல்லை. அவரது தேவையின் வெளிப்பாடு. இன்று மோட்டார் வாகனம் என்று ஒன்று இருப்பதால் அதைக் கேட்கிறார். மோட்டார் வாகனம் கண்டுபிடிப்பதற்கு முன்னால் அவருக்கு இந்தத் தேவை இருந்திருக்குமா? இருந்தது. ஓர் இடத்திலிருந்து வேறோர் இடத்துக்கு விரைவாக, சவுகரியமாக, சுயமாகச் செல்லும் தேவை அவருக்கு இருந்தது. அந்தத் தேவையின் வெளிப்பாட்டில் பிறந்ததுதான் இன்று மார்க்கெட்டிங் நமக்கு அளித்திருக்கும் இத்தனை சவுகரியங்களும் - மொபெட், பைக், ஸ்கூட்டர், கார் மற்றும் இதர மோட்டார் வாகனங்கள்.

போட்டியாளர்

மார்க்கெட்டிங் என்கிற செயல்முறையின் மூன்றாவது அங்கம், முக்கியமான அங்கம், போட்டியாளர். ஆங்கிலத்தில் கூற வேண்டுமெனில் காம்பெடிட்டர் (Competitor). போட்டியாளர் என்ற வர்க்கம் இல்லையெனில், மார்க்கெட்டிங் என்பதற்கே அவசியம் இல்லாமல் போயிருக்கும். உங்கள் பொருள்களைச் சந்தையில் விற்க நீங்கள் மனத்தில் நிறுத்த வேண்டியது உங்கள் வாடிக்கையாளரை மட்டும் அல்ல. அதே வாடிக்கையாளரை மயக்கித் தன் பக்கம் இழுக்க முற்படும் நூற்றுக்கும் அதிகமான மற்ற ப்ராண்ட்கள். ஒவ்வொன்றுமே உங்கள் போட்டியாளர் தான்.

உங்கள் போட்டியாளர்களைச் சமாளித்து, சந்தையில் வெற்றி பெறுவது எப்படி? அதற்கு உண்டான முதல் படி உங்களுடைய போட்டியாளர் யார் என்பதை முதலில் அடையாளம் கண்டு, அவரைத் தெரிந்து, புரிந்து கொள்வதுதான்.

கோலா பானங்களை எடுத்துக் கொள்வோம். பெப்சியின் போட்டியாளர்கள் யார்? கோககோலா என்பீர்கள், சரி. அடுத்து? தம்ஸ் அப், லிம்கா, மிரிண்டா... என்று ஒரு பெரிய பட்டியலே

கொடுப்பீர்கள். சரி, அடுத்து? ஆரஞ்சு ஜூஸ், ஆப்பிள் ஜூஸ் என்று ஜூஸ் வகையறாக்களும் போட்டியாளர்கள்தானே? தாகம் தீர்க்கவல்லது கோலா பானங்கள் எனில், குடி தண்ணீர்கூட போட்டியாளர்தான் பெப்சிக்கு!

நீங்கள் கால் கடுக்க வெயிலில் நடந்து வந்து ஒரு பெட்டிக் கடையை அடைகிறீர்கள் என்று வைத்துக் கொள்வோம். உங்கள் தாகம் தீர்க்க அந்தக் கடையில் மினரல் வாட்டர் வாங்கலாம்; ஆப்பிள் ஜூஸ் வாங்கலாம்; நன்னாரி சர்பத் வாங்கலாம். ஏன், பெப்சி கோலாகூட வாங்கலாம். அப்படிப் பார்க்கும்போது பெப்சிக்கு இவை அனைத்துமே போட்டியாளர்தானே? நீங்கள் பெப்சி கோலா கம்பெனியின் மார்க்கெட்டிங் மேனேஜராக இருந்தால், இதை மனத்தில் நிறுத்தித்தானே உங்கள் மார்க்கெட்டிங் உத்திகளை அமைப்பீர்கள். இல்லையா?

மகிழ்வித்தல்

மார்க்கெட்டிங் என்கிற செயல்முறையின் கடைசி அங்கம் மகிழ்வித்தல். வாடிக்கையாளரின் தேவையை அறிந்து, பூர்த்தி செய்து வெற்றி பெற முயற்சி செய்வது அந்தக் காலம். அதற்கு ஒரு படி மேலே சென்று அவரை மகிழ்விக்க என்னென்ன தேவையோ அதை விட அத்ந்கமாகச் செய்து முடிப்பதுதான் மார்க்கெட்டிங் உலகின் இன்றைய நிர்பந்தம்.

ஓர் உதாரணம் மூலம் இதைப் பார்ப்போம். குடும்பத்துடன் சாப்பிட வெளியே செல்கிறோம். தலைக்கு நாற்பது முதல் ஐம்பது ரூபாய்க்குள் சாப்பிட்டு முடிக்க எத்தனையோ ஹோட்டல்கள் இருந்தாலும், நாம் 'சரவண பவன்' ஹோட்டலைத் தேடிச் செல்கிறோம். அங்கே நாற்பது ரூபாய்க்கு ஒரு ப்ளேட் மசால் தோசை கிடைத்தாலே அதிகம். இருந்தாலும் போகிறோம். ஏனெனில் நமக்குத் தெரியும் சரவண பவனைப் பற்றி; அதன் அப்பழுக்கற்ற சுத்தமான, சுகாதாரத்தைப் பற்றி. சுடச்சுட பல வெரைட்டிகளில் பரிமாறும் அதன் நேர்த்தியைப் பற்றி. எத்தனை கூட்டம் என்றாலும் நாம் கேட்காமலே நமக்கு ஜில்லென்று மினரல் வாட்டர் வைக்கும் அவர்கள் பாங்கைப் பற்றி. நாற்பது என்னய்யா நாற்பது, நானூறு ரூபாய் என்றாலும் ஆபீசில் லோன் போட்டாவது சரவண பவன் போய்ச் சாப்பிட ஆள்கள் ரெடி இந்த ஊரில்! காரணம், சரவண பவன் வாடிக்கை யாளர்களை மகிழ்விக்கும் முறை.

மற்ற பல ஹோட்டல்கள் நம் பசி என்னும் தேவையைத் தீர்ப்பதோடு மட்டுமே நின்று விடுகின்றன. ஆனால் சரவண பவனோ அதற்கு ஒரு படி மேலே சென்று, நம்மை மகிழ் விப்பதால்தான் இன்று 'நம்பர் ஒன்'னாகத் திகழ்கிறது. வாடிக்கை யாளர்களை மகிழ்வித்து அவர்கள் நன்மதிப்பை பெற்றிருப்பதன் சான்றுதான், மற்ற ஹோட்டல்களைக் காட்டிலும் அதிகக் கட்டணம் வசூலிக்கும் அவர்கள் திறன்!

ஆக, வாடிக்கையாளர், தேவைகள், போட்டியாளர் மற்றும் மகிழ்வித்தல் என்கிற நான்கு முக்கிய அம்சங்களைக் கொண்டது தான் மார்க்கெட்டிங். அதனால்தான் மார்க்கெட்டிங் என்பது ஓர் உத்தி மட்டுமே அல்ல. அது ஒரு செயல்முறை. அதேபோல் மார்க்கெட்டிங் என்பது விற்பனைத் திறன் மட்டுமே அல்ல. இன்னும் சொல்லப் போனால் விற்பனை, அதாவது சேல்ஸ் என்பதையே தேவையற்றதாக ஆக்குவதுதான் மார்க்கெட்டிங் கின் குறிக்கோள். பீட்டர் ட்ரக்கர் என்ற பிரபல நிர்வாகவியல் நிபுணர் என்ன சொல்கிறார் தெரியுமா?

> 'சிலர், சேல்ஸ் என்பது தேவையான ஒன்று என்று நினைக்க லாம். ஆனால் மார்க்கெட்டிங்கின் குறிக்கோளே சேல்ஸைத் தேவையற்றதாக ஆக்குவதுதான். வாடிக்கையாளரின் தேவை யறிந்து அதற்கேற்ற பொருள்களைத் திறம்படச் செய்து அதனால் அவராகவே நம் பொருள்களை வலிய வந்து வாங்கச் செய்வதுதான் மார்க்கெட்டிங்கின் குறிக்கோள். அதைச் செய்துவிட்டால், பிறகு நாம் செய்ய வேண்டிய தெல்லாம் அந்தப் பொருளைத் தயாரித்து, தாராளமாக கிடைக்கச் செய்வது மட்டுமே.'

இந்துஸ்தான் லீவர் கம்பெனியின் 'ஃபேர் அண்ட் லவ்லி' ப்ராண்ட் இதற்கு ஒரு சிறந்த உதாரணம். சிகப்பழகுக்கு முக்கியத் துவம் கொடுக்கும் வாடிக்கையாளர்கள் அதிக அளவில் நம் நாட்டில் இருப்பதை அறிந்த லீவர், அதற்கேற்ற சிகப்பழகு கிரீமான ஃபேர் அண்ட் லவ்லியைத் தயாரித்து விளம்பரப் படுத்தியது. 1975-ம் ஆண்டு அறிமுகப்படுத்தப்பட்ட இந்த ப்ராண்ட், அன்று முதல் இன்று வரை விற்பனையில் சக்கைப் போடு போடுகிறது. ஆண்டுக்கு சுமார் அறுநூறு கோடி ரூபாய் விற்பனை ஆகும் இது, லீவரின் மார்க்கெட்டிங் திறமைக்குக் கிடைத்த மாபெரும் வெற்றி. இன்று அந்த கம்பெனி செய்வ தெல்லாம் ஒன்றுதான். ஃபேர் அண்ட் லவ்லியை வேண்டும்

வரை தயாரித்து, சந்தையில் தாராளமாக கிடைக்கச் செய்வது மட்டுமே. வாடிக்கையாளர்கள் தாமாகவே போட்டி போட்டுக் கொண்டு வாங்கித் தள்ளுகிறார்கள்.

ஃபேர் அண்ட் லவ்லியின் வெற்றி சொல்லும் பாடம் இதுதான். ஒரு பொருளை மார்க்கெட்டிங்கின் கோட்பாடுகளுக்கு இணங்கத் திறம்படத் தயாரித்து விநியோகம் செய்தோம் எனில், அதை விற்கச் சிரமப்படத் தேவையில்லை. அது தானாகவே விற்கும்.

இதனால் நமக்குப் புரியும் மற்றொரு உண்மை, மார்க்கெட்டிங்கும் சேல்ஸும் வேறுவேறு என்பது.

மார்க்கெட்டிங் Top 10

மார்க்கெட்டர்கள் பத்து விதமானவற்றை மார்க்கெட்டிங் செய்கிறார்கள்.

1. பொருள்கள் (Products): பெரும்பான்மையான மார்க்கெட்டிங், பொருள்கள் சம்பந்தப்பட்டவை. பெரும்பாலும் கண்ணால் காணக்கூடிய, கைகளால் தொட்டு உபயோகப்படுத்தக் கூடியவற்றை 'பொருள்கள்' என்கிறோம். சோப்பு, சீப்பு, கண்ணாடி, இரும்பு, அரிசி, காய்கறி, கம்ப்யூட்டர், டி.வி., இஈ போன்றவை இவ்வகை.
2. சேவைகள் (Services): சமீப காலங்களில் பொருளாதார மாற்றங்களினால் அதிக வளர்ச்சி பெற்றுப் பெருகி வருவது சேவைகள். பெரும்பாலும் தொட முடியாத ஆனால் உணரக் கூடியவை இவை. தங்கும் ஹோட்டல்கள், ப்யூட்டி பார்லர்கள், வங்கிகள், முடிதிருத்தகங்கள், மெக்கானிக் கடைகள் முதலிய இடங்கள் அளிப்பது சேவைதான். அதேபோல் வக்கீல்கள், டாக்டர்கள், ஆசிரியர்கள், நிர்வாக ஆலோசகர்கள் ஆகியோர் அளிப்பதும் சேவைதான்.
3. நிகழ்ச்சிகள் (Events): கால்பந்து மற்றும் கிரிக்கெட் உலகக் கோப்பை, ஒலிம்பிக்ஸ், விம்பிள்டன் டென்னிஸ் போன்ற நிகழ்ச்சிகள் மார்க்கெட்டிங் செய்யப்படுகின்றன. இசை நிகழ்ச்சிகள், புத்தகக் கண்காட்சிகள், பிற கண்காட்சிகள் போன்றவையும் இந்த வகையைச் சார்ந்தவையே.
4. அனுபவங்கள் (Experiences): மாயாஜால், கிஷ்கிந்தா, எம்ஜிஎம், ப்ளாக் தண்டர் போன்ற Amusement Parks-க்கு

செல்லும் வாடிக்கையாளர்களுக்கு என்ன கிடைக்கிறது? பொருள்களோ, சேவைகளோ அல்ல. ஒரு புல்லரிக்கும் அனுபவம். ஆக அனுபவங்களும் மார்க்கெட் செய்யப்படும் பட்டியலில் அடங்குகிறது.

5. பிரபலமான மனிதர்கள் (Persons): பிரபலமானவர்களை மார்க்கெட்டிங் செய்வது இன்று கோடிகள் புரளும் பிசினஸ் ஆகிவிட்டது. சினிமா நட்சத்திரங்கள், கிரிக்கெட் வீரர்கள், டென்னிஸ் வீரர்கள், செஸ் சாம்பியன்கள் ஆகிய அனைவரும் இன்று மேனேஜர், மக்கள் தொடர்பு அலுவலர் போன்றவர்களைக் கொண்டு தங்களை விளம்பரதாரர்களுக்கும் கம்பெனிகளுக்கும், மார்க்கெட்டிங் செய்து கொள்கிறார்கள். இதற்கு Celebrity Marketing என்று பெயர்.

6. இடங்கள் (Places): நாடுகள், ஊர்கள் என இடங்களும் மார்க்கெட்டர்களின் ஆதிக்கத்துக்குள் வந்துவிட்டன. கேரளாவை ஒரு ப்ராண்ட் ஆக்கி அதை 'கடவுளின் சொந்த நாடு' என்று திறமையாக விளம்பரப்படுத்தி வருடந்தோறும் ஆயிரக்கணக்கான வெளிநாட்டுச் சுற்றுலாப் பயணிகளைக் கவரும் வண்ணம் செய்யப்படுவதே இதற்கு நல்ல உதாரணம். அதேபோல இந்தியாவையே ஒரு சுற்றுலாத் தலமாக ஆக்கி 'Incredible India' என்று இந்திய சுற்றுலாத்துறை மார்க்கெட் செய்து வருகிறது.

7. சொத்துகள் (Properties): வீடுகள், வீட்டு மனைகள், ம்யூச்சுவல் ஃபண்ட், ஷேர்கள் போன்றவற்றை வாங்குகிறோமே அல்லது அட்லீஸ்ட் வாங்க ஆசைப்படுகிறோமே, இது போன்ற சொத்துகளும் மார்க்கெட்டிங் செய்யப்படும் பட்டியலில் சேர்க்கப்பட வேண்டியவைதான்.

8. நிறுவனங்கள் (Organizations): தங்களைத் தாங்களே மார்க்கெட்டிங் செய்யும் நிறுவனங்களையும் நாம் காண்கிறோம். 'We bring good things to life' என்று கூறி விளம்பரம் செய்யும் General Electric நிறுவனம் இந்த வகையைச் சேர்ந்ததே.

9. தகவல் (Information): இந்த நவீன தகவல் யுகத்தில் தகவல்கூட மார்க்கெட்டிங் செய்யப்படுகிறது. என்சைக்ளோபீடியா பிரிட்டானிகா போன்றவை இதற்கு உதாரணங்கள்.

10. கருத்துகள் (Ideas): புள்ளி ராஜாவுக்கு எய்ட்ஸ் வருமா? அவருக்கு வந்ததா, வரவில்லையா அல்லது வருமா என்கிற

கேள்வியை விடுங்கள். அந்த விளம்பரங்கள் விற்க முயற்சி செய்தது என்ன? எய்ட்ஸ் பற்றிய விழிப்புணர்வை. அதாவது ஒரு கருத்தை, ஐடியாவை. அதுவும் மார்க்கெட்டிங் செய்யக்கூடிய பட்டியலில் சேர்கிறது. 'இரண்டுக்கு மேல் வேண்டவே வேண்டாம்', 'குடி குடியைக் கெடுக்கும்', 'மரம் வளர்ப்போம், வளம் சேர்ப்போம்' போன்ற விளம்பரங்கள் எல்லாமே இந்த ஐடியா சமாசாரங்கள்தான்.

மார்க்கெட்டிங் மிக்ஸ்

“வாடிக்கையாளர்கள் பல்பை வாங்குவதில்லை;
வெளிச்சத்தை வாங்குகிறார்கள்.”

மார்க்கெட்டிங் என்பது வாடிக்கையாளரின் தேவைகளை அறிந்து அதை மற்ற போட்டியாளர்களைவிடச் சிறந்த முறையில் பூர்த்தி செய்து அவரை மகிழ்விப்பது என்பதைப் பார்த்தோம். தேவையறிந்து பூர்த்தி செய்யும் முறை என்ன? ஒரு வாடிக்கை யாளரை எப்படியெல்லாம் மகிழ்விக்க முடியும்? அதற்கு உண்டான வழிமுறைகள் என்னென்ன? இவற்றை இப்பொழுது பார்க்கப் போகிறோம்.

மார்க்கெட்டர் என்ற முறையில் நாம் வாடிக்கையாளருக்கு ஓர் ஆஃபர் (Offer) தருகிறோம். அவர் தேவையைப் பூர்த்தி செய்யக்கூடிய ஒரு பொருளை முதலில் உருவாக்குகிறோம். இரண்டாவதாக, அப்பொருள் வாடிக்கையாளருக்கு எளிதாகச் சென்றடையத் தேவையான விநியோக முறைகளை வரை யறுக்கிறோம். மூன்றாவதாக, அப்பொருள் என்ன விலை பெறும், என்ன விலை கொடுத்து வாங்க வாடிக்கையாளர் முன்வருவர் என்பதைக் கண்டறிந்து அப்பொருளுக்கு உண்டான விலையை நிர்ணயம் செய்கிறோம். கடைசியாக, அப்பொருளை வாடிக்கையாளருக்கு அறிமுகம் செய்து அவரைக் கவர்ந்து வாங்கச் செய்யத் தேவையான அனைத்து விற்பனை மேம் பாட்டுச் செயல்களையும் செய்கிறோம்.

மேற்கூறிய இந்த ஆஃபரின் நான்கு அம்சங்கள் - பொருள், விலை, விநியோகம், விற்பனை மேம்பாடு - உங்கள் வெற்றியை நிர்ணயிப்பவை. இந்த நான்கு அம்சங்களையும் ஆங்கிலத்தில்

ப்ராடக்ட் (Product), ப்ரைஸ் (Price), ப்ளேஸ் (Place), ப்ரமோஷன் (Promotion) என்று சுருக்கமாக 4P, அதாவது நான்கு 'பி', என்று கூறுவர். இந்த நான்கு அம்சங்களின் கலவையை மார்க்கெட்டிங் மிக்ஸ் (Marketing Mix) என்பர்.

உங்கள் மார்க்கெட்டிங் முயற்சியின் வெற்றி தோல்வியை நிர்ண யிப்பது மார்க்கெட்டிங் மிக்ஸ். வாடிக்கையாளரை நம் பொருளை வாங்கத் தூண்டுவதும், தொடர்ந்து வாங்கச் செய்வதும் இந்த மார்க்கெட்டிங் மிக்ஸ்.

ஒரு மார்க்கெட்டிங் வகுக்கும் உத்திகளும் சரி, வாடிக்கையாளர் களைக் கவரச் செய்யும் காரியங்களும் சரி, இந்த நான்கு அம்சக் கலவையான மார்க்கெட்டிங் மிக்ஸைச் சார்ந்ததாகவே இருக்கும். இருக்க வேண்டும்.

மார்க்கெட்டர் என்பவர் சமையல் செய்பவர் என்று வைத்துக் கொள்வோம். மார்க்கெட்டிங் மிக்ஸ்தான் அவர் உபயோகிக்கும் சமையல் குறிப்பு. சமையல் செய்பவர் வீட்டில் எப்படிச் சமைக் கிறார் என்பதை யோசித்துப் பாருங்கள். சமைக்க முடிவெடுத்த வுடன் வீட்டில் என்ன இருக்கிறது என்பதை முதலில் ஆராய் கிறார். பின், இருப்பதை வைத்துச் சமையல் செய்ய முற்படு கிறார். ஒன்று, எப்பொழுதும் செய்வதுபோல், எல்லோரும் செய்வதுபோல் சமைக்கிறார். அல்லது, இருப்பதை வைத்துக் கொண்டு புதிய ஐட்டங்கள் சிலவற்றைச் செய்து முடிக்கிறார்.

மார்க்கெட்டர் செய்வதும் அவ்வண்ணமே. அவர் ஆதிக்கத்தில், கட்டுப்பாட்டில் இருப்பது இந்த மார்க்கெட்டிங் கலவைதான். அவர் விற்கும் பொருள், அதன் விலை, அதை விநியோகித்து விற்க அவர் புரியும் விற்பனை மேம்பாட்டுச் செயல்கள். பொருள், அவர் செய்தது, அவரால் செய்ய முடிந்த ஒன்று. விலை, அவர் நிர்ணயிப்பது. விநியோகிக்கும் முறை, அவரால் முடிந்த, முடிவெடுக்கக்கூடிய ஒன்று. விற்பனை மேம்பாட்டுச் செயல்கள், அவர் சக்திக்குட்பட்ட ஒன்று.

ஆக, இந்த மார்க்கெட்டிங் கலவையின் நான்கு அம்சங்களின் விகிதாசாரத்தைப் பொருத்தே அவர் வாடிக்கையாளருக்கு செய்யும் ஆஃபர் அமையும். அவர் தேவைக்கேற்றபடி பொரு ளின் தன்மையை, தரத்தைக் கூட்டலாம், குறைக்கலாம். விலையைக் கூட்டலாம், குறைக்கலாம். நாடெங்குமோ, தேர்ந்தெடுத்த சில நகரங்களில் மட்டுமோ விநியோகித்து

விற்பனை செய்யலாம். அவரின் பொருளாதார வசதிக்கேற்ப விளம்பரம் மற்றும் இதர விற்பனை மேம்பாட்டுச் செயல்களைச் செய்யலாம்.

மார்க்கெட்டிங் மிக்ஸின் நான்கு அம்சங்களை வைத்துக் கொண்டு எண்ணற்ற விதமான கலவைகளை அமைக்க முடியும். ஒவ்வொன்றுமே வெவ்வேறு முறையில் சந்தையில், வாடிக்கையாளர் மனத்தில் தாக்கத்தை உருவாக்கக் கூடியவை.

மாறி வரும் இந்த மார்க்கெட்டிங் யுகத்தில் மாறாத ஒரே வகையான மார்க்கெட்டிங் மிக்ஸ் என்பது சாத்தியமில்லாதது. தோல்விக்கு வழி வகுப்பது. நிலையில்லாத சந்தை நிலவரங்களை எடுத்துக் கொள்வோம். போட்டியாளர்கள் தங்கள் உத்திகளை மாற்றி அமைத்துக் கொண்டே இருப்பார்கள். திடீரென்று தங்கள் பொருள்களின் விலையைக் குறைத்துக் கொள்ளலாம். ப்ராக்டர் அண்ட் காம்பிள் (Procter & Gamble) யாருமே எதிர்பாராத வண்ணம் தங்களின் தயாரிப்பான 'ஏரியல்' சலவைத்தூளின் விலையை ரூ.78-லிருந்து ரூ.50 ஆகக் குறைத்தனர். அப்பொழுது இந்துஸ்தான் லீவர் தங்கள் தயாரிப்பான 'சர்ஃபி'ன் மார்க்கெட்டிங் மிக்ஸை மாற்ற மாட்டோம் என்று பிடிவாதம் பிடிக்கவில்லை. அவர்களும் சர்ஃபின் விலையை ரூ.78-லிருந்து ரூ.50 ஆகக் குறைத்தனர். அதாவது போட்டிச் சூழ்நிலைகளுக்கு ஏற்ப தங்கள் பொருளின் மார்க்கெட்டிங் மிக்ஸை மாற்றி அமைத்தனர்.

வாடிக்கையாளர்களின் மாற்றங்களுக்கு ஏற்பவும் கலவையை மாற்ற வேண்டி இருக்கும். வாடிக்கையாளர்களின் தேவைகள் மாறி வருகின்றன. அவர்களின் பிரியங்கள், பிடித்தமானவை, பிடிக்காதவை மாறி வருகின்றன. பொருள்களை வாங்கும் சக்தியில் மாற்றங்கள். உதாரணமாக, கறுப்பு வெள்ளை டி.வி.க்களையும், சிறிய 21-இன்ச் டி.வி.க்களையும் வாங்கி வந்த வாடிக்கையாளர்கள் இன்று கலர் டி.வி.க்களையும், 29-இன்ச் டி.வி.க்களையும் இன்னும் ஹோம் தியேட்டர் போன்றவற்றையும் வாங்க எத்தனிக்கிறார்கள். வெற்றி பெறத் துடிக்கும் டி.வி. உற்பத்தியாளர்கள் இதைக் கருத்தில் கொண்டு அதற்கேற்ற மாற்றங்களைத் தங்கள் மார்க்கெட்டிங் மிக்ஸில் செய்ய முற்பட வேண்டும்.

என்னதான் மெனக்கெட்டு சிந்தித்து ஆராய்ந்து வடிவமைத்தாலும் சில சமயங்களில் மார்க்கெட்டிங் மிக்ஸ் திட்டமிட்டபடி வேலை செய்யாமல் ப்ராண்டின் விற்பனை தொய்வடையலாம்.

அதுபோன்ற சமயத்தில் 'விதி விட்ட வழி' என்று விரக்தியாகப் பேசாமல் 'எத்தைத் தின்றால் பித்தம் தெளியும்' என்று மிக்ஸிங் மாற்றங்கள் செய்யத் தயாராக இருக்க வேண்டும்.

சோனி டி.வி. இந்தியாவில் அறிமுகமானபொழுது மற்ற டி.வி.க் களை காட்டிலும் மிக அதிக விலை நிர்ணயிக்கப்பட்டிருந்தது. 'சோனியின் தரத்துக்கு முன்னால் மற்ற ப்ராண்ட் டி.வி.க்கள் எம்மாத்திரம்? வாடிக்கையாளர்கள் நம் டி.வி.க்களையே க்யூவில் நின்று வாங்குவார்கள்' என்று எண்ணி மிக்ஸை வடிவமைத்தது சோனி நிறுவனம். ஆனால் அப்படி அதிக விலை கொடுத்து சோனியை வாங்க வாடிக்கையாளர்கள் தயாராக இல்லை. சோனி விற்க முடியாமல் திணறியது.

மார்க்கெட்டிங் மிக்ஸில் தவறு செய்து விட்டோம் என்பதை உணர்ந்து இன்று விலைகளை குறைத்து விற்க முயற்சிகள் மேற்கொண்டுள்ளது.

மார்க்கெட்டிங் மிக்ஸின் நிலையில்லாத, நிரந்தரமில்லாத தன்மையை உணர்ந்து சூழ்நிலைகளுக்கு ஏற்ப அதில் மாற்றங்கள் செய்துகொண்டு வருவதே வெற்றியின் ரகசியம்!

பொருள், விலை, விநியோகம், விற்பனை மேம்பாடு என்று நாம் கூறிவிட்டாலும், ஒவ்வோர் அம்சமும் பல உள்பிரிவுளைக் கொண்டது. மார்க்கெட்டிங் மிக்ஸின் ஒவ்வோர் அம்சத்துக்கு உள்ளேயும் அடங்கிய சில முக்கிய உள்பிரிவுகள் இதோ:

4P-யின் உள்பிரிவுகள்

பொருள்

- ❖ பொருளின் வடிவமைப்பு, சிறப்பு அம்சங்கள், ப்ராண்டின் பெயர், Models, தோற்றம்
- ❖ பொருளின் தரம்
- ❖ பேக்கேஜிங்: டிசைன், அளவு, தோற்றம், லேபிள்
- ❖ விற்பனைக்கு முன் சேவை, விற்பனைக்குப் பின் சேவை, சேவையின் விலை

விலை

- ❖ விலைக் கொள்கைகள், லாப விகிதம் (Profit Margin), கழிவு (Discount), தள்ளுபடி (Rebate)

❖ கடன் வசதி (Credit terms), பணம் கட்டவேண்டிய வழிமுறை (Payment terms), தவணை முறையில் விற்றல் (Instalment Purchase facilities)

விநியோகம்

❖ விற்பனை சேனல்கள்: சேனல் வடிவம், உறுப்பினர்கள், கமிஷன் அளவு.
❖ விற்கப்படும் கடைகள், அவை அமைந்துள்ள இடம்.
❖ விநியோக முறை: போக்குவரத்து, சேமிப்புக்கிடங்கு, பொருள் கையிருப்பின் அளவு (inventory levels)

விற்பனை மேம்பாடு

❖ விளம்பரம், ஊடகங்கள், நிகழ்ச்சிகள்
❖ விற்பனை மேம்பாட்டுச் சலுகைகள்
❖ மக்கள் தொடர்பு
❖ நேரடி விற்பனை, விற்பனையாளர் அளவு, விற்பனையாளர் திறன்

ஆக, மார்க்கெட்டிங் மிக்ஸின் தன்மை நமக்கு உணர்த்துவது இரண்டு முக்கிய உண்மைகளை:

1. மார்க்கெட்டிங்கின் வெற்றி, தோல்வியை நிர்ணயிப்பது மார்க்கெட்டிங் மிக்ஸ்.

2. மார்க்கெட்டரின் ஆதிக்கத்துக்கு உட்பட்டவை மார்க்கெட்டிங் மிக்ஸ்.

மார்க்கெட்டரின் ஆதிக்கத்துக்கு உட்பட்டவை மார்க்கெட்டிங் மிக்ஸ் என்றால், அவர் ஆதிக்கத்துக்கு உட்படாத விஷயங்கள் இருக்கின்றனவா? உண்டு. நிறையவே உண்டு. போட்டியாளர்கள், அவர்கள் செயல்படுத்தும் மாறுபட்ட உத்திகள், சந்தையின் போக்கு, வாடிக்கையாளர்களின் மாறிவரும் மனப்பாங்கு, அரசாங்கத்தின் சட்ட திட்டங்கள் போன்றவை மார்க்கெட்டரின் ஆதிக்கத்துக்கு உட்படாதவை. ஆனால் இவையும் மார்க்கெட்டரின் வெற்றி தோல்வியைப் பாதிக்கும் தன்மை வாய்ந்தவை. புறச்சூழல் காரணிகள் (Environmental Factors) என்று அழைக்கப்படும் அவற்றையும், மார்க்கெட்டிங் மீதான இவற்றின் தாக்கங்களையும் அடுத்து பார்ப்போம்.

சந்தைப்போக்கும் புறச்சூழல் காரணிகளும்

'சந்தைப்போக்கு என்பது குதிரையைப் போன்றது; அதன்போக்கில் ஓட்டிச் செல்வதுதான் புத்திசாலித்தனம். இல்லையேல் புத்தூருக்கு கட்டுப்போடப் போக வேண்டியிருக்கும்!'

காற்றாடி செய்து பறக்க எத்தனிப்பவன் எவ்வளவுதான் அழகாகவும், திறமையாகவும் காற்றாடியைச் செய்தாலும் அது நன்றாகப் பறக்க, காற்றின் வேகம், அது வீசும் திசை, காற்றின் ஈரப்பதம் போன்ற சுற்றுப்புறச் சூழலின் தயவும், அதற்கேற்பக் காற்றாடியைப் பறக்க விடும் திறமையும் அவசியம் அல்லவா? அதேபோல ஒரு மார்க்கெட்டரும் எவ்வளவுதான் திறமையாகப் பொருளை வடிவமைத்து விற்பனை செய்ய முயற்சி செய்தாலும், புறச்சூழல்களையும் அதன் தாக்கங்களையும் ஆராய்ந்து, அனுசரித்து அதற்கேற்ப மார்க்கெட்டிங் மிக்ஸையும் உத்திகளையும் வகுப்பது அவசியம்.

மார்க்கெட்டரின் கட்டுப்பாட்டுக்கு அப்பால் உள்ளவற்றைப் புறச்சூழல் காரணிகள் (Environmental Factors) என்று அழைப்பர். மார்க்கெட்டிங் நிர்வாகத்துக்கு இன்றியமையாதது புறச்சூழல் காரணிகள் பற்றிய தீர்க்கமான புரிதல். இன்னும் சொல்லப் போனால் திறமையான மார்க்கெட்டர் புறச்சூழல் காரணிகளுக்கு ஏற்பத் தன் மார்க்கெட்டிங் மிக்ஸையே மாற்றி வடிவமைப்பார்.

புறச்சூழல் காரணிகளில் முக்கியமான ஓர் அங்கம் சந்தைப் போக்கு (Market Trend). சந்தைப் போக்கு என்பது ஒரு தீர்க்கமான திசையை நோக்கி நகரும் வாடிக்கையாளர்களின் மனப்பாங்கு என்று கூறலாம். சந்தைப் போக்குகள் நாளுக்கு நாள் மாறுபவை அல்ல. வாடிக்கையாளர்கள் மனத்தில் மெதுவாகப் பிறந்து வளர்ந்து ஒரு குறிப்பிட்ட காலத்துக்கு நின்று நிலைத்திருக்கும்

தன்மை கொண்டவை. மேலும், சந்தைப் போக்குகள் ஒரு குறிப்பிட்ட பொருள் பிரிவை மட்டுமே பாதிக்காமல், பலதரப் பட்ட பொருள் பிரிவுகளையும் அதன் பயன்பாட்டையும் பாதிக்கும் ஆற்றல் பெற்றவை.

சந்தைப் போக்குகள் ஃபேஷன் சமாசாரங்கள் அல்ல என்பதை முதலில் புரிந்து கொள்ள வேண்டும். ஃபேஷன் என்பது நிலையில்லாத ஒன்று. ஒவ்வொரு காலத்திலும் பிரபலமாக, பரபரப்பாக உள்ள ஒரு சமாசாரம். 1970-களில் எந்தத் திரைப்படத்தைப் பார்த்தாலும் அதில் ஹீரோக்கள் தொளதொள வென்று யானைக்கால் வந்தது மாதிரி ஒரு பேண்ட் போட்டுக் கொண்டு ஆடிப் பாடுவதை பார்த்திருப்பீர்கள். அந்தக் காலத்தில் அவற்றுக்கு பெல் பாட்டம் என்று பெயர். அப்பொழுது அவை தான் ஃபேஷன். இன்று ஒரு பைத்தியக்காரன்கூட அதுபோல் போட்டுக் கொள்ள மாட்டான். ஜீன்ஸ், பேகி, பெர்முடாஸ் போன்றவைதான் இப்பொழுதைய ஃபேஷன். ஃபேஷன் மாறிக் கொண்டே இருக்கும். சந்தைப் போக்குகள் இதுபோல மாறக்கூடியவை அல்ல.

இப்பொழுது நிலவிவரும் சந்தைப் போக்குகளுக்கு நல்ல உதாரணமாக மக்களுக்கு இன்று 'ஆரோக்கியத்தின்' மீதுள்ள பற்றை, அபரிமிதமான ஈடுபாட்டைச் சொல்லலாம். நம் முன்னோர்களும் ஆரோக்கியமாக வாழ முற்பட்டார்கள் என்றாலும், கடந்த பத்து வருடங்களில் நம் எண்ணங்களில், நம் செயல்களில், நாம் வாங்கும் பொருள்களில் ஆரோக்கியத்துக்கு அதிக கவனம் செலுத்த ஆரம்பித்துள்ளோம்.

சிந்தித்துப் பாருங்கள். பத்து வருடங்களுக்கு முன்னால் நம்மில் எத்தனை பேர் காலையில் வாக்கிங் சென்றிருக்கிறோம்? இப்பொழுது ஒரு நாள் காலையில் பீச்சுக்கு சென்று பாருங்கள். சென்னைவாசிகளில் பாதி பேர் நடைபயின்று கொண்டிருப்பதை பார்க்கலாம். காலை முழுவதும் குறுக்கும் நெடுக்குமாக ஒரு ஜுர வேகத்துடன் நடந்து கொண்டிருப்பவர்களைப் பார்த்துப் பார்த்து பீச்சில் உள்ள அத்தனை சிலைகளும் நடக்க ஆரம்பித் தாலும் ஆச்சரியப்படுவதற்கில்லை!

இந்த 'ஆரோக்கிய' பற்றின் இன்னொரு வெளிப்பாடுதான் ஊரெங்கும் பெருகி வரும் உடற்பயிற்சிக் கூடங்கள் (Gym). பத்து வருடங்களுக்கு முன்னால் ஜிம் என்பது ஊருக்கு ஒன்றோ,

இரண்டோ இருந்தாலே அதிகம். இன்றோ, ஆறிலிருந்து அறுபது வரை உள்ள ஆண்கள் (பெண்கள் கூட்டமும் இப்பொழுது இந்த ஜோதியில் ஐக்கியமாகத் தொடங்கிவிட்டது) ஏதோ ஐயப்ப விரதம் இருந்து இருமுடி கட்டிக் கொண்டு மலைக்குச் செல்வது போல், உடற்பயிற்சிக்கு உண்டான ட்ராக் சூட், தலையில் கேப், இதர இத்யாதிகளை சுமந்து கொண்டு ஜிம் நோக்கி கோஷ்டியாகச் செல்வதைப் பார்த்துக் கொண்டிருக்கிறோம்.

இவை மட்டும் அல்லாது நாம் வாங்கும் பொருள்களிலும் ஆரோக்கியத்தை, ஆரோக்கியம் வளர்க்கும் உட்பொருள்களை (Ingredients) எதிர்பார்க்கிறோம். சமையல் எண்ணெயை எடுத்துக் கொள்ளுங்கள். வாடிக்கையாளர்களுக்கு ஆரோக்கியத்தின் மீதிருக்கும் பற்று அதிகரித்து வருவதை உணர்ந்த 'ஸஃபோலா' (Suffola) சமையல் எண்ணெய் நிறுவனம், 1996-ல் ஒரு புதிய உத்தியை வடிவமைத்தது. 'ஸஃபோலா ஆரோக்கியமானது. குறை வான கொலஸ்ட்ரால் கொண்டது. ஆகவே, ஹார்ட் அட்டாக் போன்ற உபாதைகளிலும் பாதுகாக்கவல்லது' என்று விளம்பரம் செய்தது. அதுவரை தொய்ந்து கிடந்த ஸஃபோலாவின் விற்பனை அந்த விளம்பரத்துக்குப் பிறகு கிண்டி ரேஸ் குதிரை போல் எகிறி ஓடத் தொடங்கியது.

சமையல் எண்ணெயை விடுங்கள். குடி தண்ணீரை எடுத்துக் கொள்ளுங்கள். 'பாலைவனவாசிகள்தான் தண்ணீரைக் காசு கொடுத்து வாங்க வேண்டும்' என்று கிண்டல் செய்து வந்த நாமே, பத்து ரூபாய் மினரல் வாட்டருக்கு இப்பொழுது ஆலாய்ப் பறந்து கொண்டிருக்கிறோம். கேட்டால், கார்ப்பரேஷன் தண்ணீரில் தூய்மைக்குறைவு, ரயில்வே ஸ்டேஷன்களில் தண்ணீர் சரியில்லை என்று குறை கூறுகிறோம், ஏன்? ஆரோக்கியத்தின் மீது நமக் கிருக்கும் அபரிமிதமான ஆசை. அந்த ஆசையின் வெளிப்பாடு தான் மினரல் வாட்டர் மீதிருக்கும் மாறாக் காதல்!

இதில் தமாஷ் என்னவென்றால், நம்மில் பலர் ஹோட்டலுக்குச் சென்று சர்வரிடம் ஆர்டர் செய்துவிட்டு, 'அப்படியே ஒரு மினரல் வாட்டர் பாட்டில் கொடுத்துடுங்க' என்று சொல்லத் தவறுவது இல்லை. அந்த ஹோட்டல் சமையல் அறையின் சுத்தத்தைப் பற்றிக் கவலையில்லை, ஹோட்டல் எண்ணெயைப் பற்றிய அக்கரை இல்லை. அவர்கள் சமையல் பற்றியும் யோசிப்பதில்லை. ஆனால் அந்த ஹோட்டலில் உள்ள தண்ணீரை பற்றி நமக்கு நம்பிக்கை இல்லாத் தீர்மானம்.

சாப்பிடும் பொருள்களை விடுங்கள். அங்கு ஆரோக்கியத்தை விரும்புவது எதிர்பார்க்கக்கூடியதுதான். ஆனால் நாம் ஷாம்புகளில், சோப்புகளில், க்ரீம்களில், டூத்பேஸ்டுகளில்கூட ஆரோக்கியத்தையும் ஆரோக்கிய உள்பொருள்களையும் இப் பொழுது எதிர்பார்க்கிறோம். இதை உணர்ந்துதான் மார்க் கெட்டர்கள் அதற்கேற்ற பொருள்கள் செய்து, மார்க்கெட்டிங் மிக்ஸை வடிவமைத்து, விளம்பரம் செய்து விற்றுக் கொண்டிருக் கின்றனர். ‘ஆரோக்கியமான கூந்தல் வேண்டுமா? உபயோகி யுங்கள் க்ளினிக் ப்ளஸ். புரோடின் சத்து அடங்கியது’ என்கிறது ஒரு ஷாம்பு விளம்பரம். ‘உடல் கிருமிகளிலிருந்து விடுதலை பெறுங்கள். ஆரோக்கியமான சருமம் கிடைக்கப் பெறுங்கள். வாங்குங்கள் லைஃபப்பாய்’ என்கிறது ஒரு சோப்பு விளம்பரம்.

‘சந்தைப் போக்கு’ என்றால் என்ன என்பதை இப்பொழுது உணர்ந்திருப்பீர்கள். வாடிக்கையாளர் மனத்தில் ஆழமாகப் பதிந்து, அவர்கள் எண்ணங்களையும் செயல்களையும் பாதித்து அவர்கள் வாழ்க்கை முறையையும் வாங்கும் பொருள்களையும் பாதிக்கும் வல்லமை பெற்றவை சந்தைப் போக்குகள். இதை மார்க்கெட்டர்கள் அறிந்து, உணர்ந்து, புரிந்து அதற்கேற்ப மார்க் கெட்டிங் மிக்ஸை வடிவமைப்பது அவசியம். சஃபோலாவைப் போல், க்ளினிக் ப்ளஸ்ஸைப் போல் மாறிவரும் சந்தைப் போக்கை முளையிலேயே அறிந்து மற்ற போட்டியாளர்களைக் காட்டிலும் முன்னமேயே மார்க்கெட்டிங் மிக்ஸை வடிவமைப்பதோ, இல்லை சந்தைப் போக்குக்கு ஏற்ப மார்க்கெட்டிங் மிக்ஸை மாற்றி அமைப்பதோ இன்றியமையாதது. வெற்றிக்கு வழிவகுப்பது.

மார்க்கெட்டிங்கைப் பாதிக்கும் பிற புறச்சூழல் காரணிகளை இப்பொழுது ஒன்றன்பின் ஒன்றாகப் பார்ப்போம்.

மக்கள்தொகை, பரவல் சார்ந்த காரணிகள் (Demographic Factors)

மக்கள்தொகை மற்றும் அதை சார்ந்த பிறப்பு, இறப்பு, வயது முதலியன மார்க்கெட்டிங்கை பாதிக்கக்கூடியவை. இவற்றை Demographic Factors என்று கூறுவர். அதிக மக்கள்தொகை மட்டுமே அதிகமான பொருள்களை விற்க வழிவகுக்கும் என்று சொல் வதற்கில்லை. முக்கியமாக நாம் கவனிக்க வேண்டியது, ‘வாங்கும் சக்தி’ இருக்கும் மக்களின் எண்ணிக்கையை.

மக்களின் வயது விகிதாசாரங்களும் மார்க்கெட்டிங்கை பாதிக்கக் கூடியவை. இந்தியாவில் உள்ள மக்கள் தொகையில் அதிக

சதவிகிதத்தினர் இளைஞர்கள். இன்னமும் சொல்லப் போனால், உலகில் உள்ள இளைஞர்களில் மூன்றில் ஒரு பங்கு இந்தியர்கள் என்று ஒரு புள்ளிவிவரம் கூறுகிறது. அதன் தாக்கத்தை மார்க்கெட்டிங்கில் கண்கூடாகப் பார்க்கலாம். இளைஞர்கள் விரும்பி வாங்கும் பொருள் வகைகள் இந்தியாவில் சக்கைப் போடு போடுகின்றன. கோலா, விளையாட்டு ஷூ, ஜீன்ஸ், கல்லூரிகள், பள்ளிகள் என அதற்குச் சான்றாக அடுக்கிக் கொண்டே போகலாம்.

ஜப்பான் நாட்டில் நாற்பது வயதுக்கு மேற்பட்டவர்களே அவர்கள் ஜனத்தொகையில் அதிகம் உள்ளனர். இவ்வளவு ஏன்? 90 வயதுக்கு மேற்பட்டவர்களின் எண்ணிக்கை அந்த நாட்டில் எவ்வளவு தெரியுமா? பத்து லட்சத்துக்கும் மேல்! இதைப் படிக்கும்போதே நமக்கு இருபது வயது கூடிவிட்டது மாதிரி இருக்கிறது, இல்லையா? இதன் தாக்கம்தான் ஜப்பானில் பெருகிவரும் முதியவர்களுக்கான பொருள் வகைகள் - மருந்துகள், ஆரோக்கியக் காப்பீட்டுத் திட்டங்கள் (Health Insurance), மருத்துவமனைகள் முதலியன.

வீடுகளும் வீட்டிலுள்ளவர்களின் எண்ணிக்கையும் (Household pattern) கூட மார்க்கெட்டிங்கை பாதிக்கக் கூடியவை. ஒரு சராசரி இந்திய வீட்டில் குடியிருப்பவர்களின் எண்ணிக்கை நாளுக்கு நாள் குறைந்து கொண்டே வருகிறது. 1960-களில் ஒரு சராசரி இந்திய வீட்டில் உள்ளவர்கள் அளவு 6.8 என்று ஒரு புள்ளி விவரம் கூறுகிறது. இது காலப்போக்கில் படிப்படியாக குறைந்து இப்பொழுது 5.1 ஆக உள்ளது. அதாவது, குடியிருக்கும் வீடுகள் பெருகி வருகின்றன. ஒவ்வொரு வீட்டிலும் குடியிருப்பவர்களின் எண்ணிக்கை குறைந்து வருகிறது.

வீட்டில் உள்ள நபர்கள் அதிகம் இருந்த அந்தக் காலத்தில் அன்றாடம் உபயோகிக்கும் பொருள்களான சோப், பவுடர், ஷாம்பு முதலியவற்றின் பேக் அளவு (Pack size) அதிகமாக இருந்தது. எடுத்துக்காட்டாக அப்பொழுது பவுடர் ப்ராண்ட்களில் அதிகம் விற்றது 400 கிராம் டப்பாக்களே. ஆனால் இப்பொழுதோ வீட்டில் உள்ள நபர்கள் குறைந்துள்ளதால் அவர்கள் மாதாந்திரத் தேவையும் குறைந்து விட்டபடியால், அதிகம் விற்பனையாவது 20 கிராம் பவுடர் டப்பாக்களே!

இதே கதைதான் பல பொருள் வகைகளிலும். திறமையான மார்க்கெட்டர் இதை உணர்ந்து அதற்கேற்ப பொருள்களையும்

பொருள் அளவுகளையும் நிர்ணயிக்க வேண்டியது முக்கியம். 'ஸ்பின்ஸ் டால்க்' என்னும் ப்ராண்ட் இதை நன்றாக உணர்ந்து 20 கிராம் டப்பாக்களை அறிமுகம் செய்து இன்று பவுடர் விற்பனையில் வேகமாக முன்னேறி வருகிறது.

பொருளாதாரக் காரணிகள் (Economic Factors)

> 'ஆரியக் கூத்தாடினாலும் தாண்டவக்கோனே...
> காசு காரியத்தில் கண் வையடா தாண்டவக்கோனே'

பொருளாதாரக் காரணிகளான குடும்பத்தின் சராசரி வருவாய், பொருள்களை வாங்கும் சக்தி, சேமிப்பு சதவிகிதம், கடன் வசதி, வட்டி விகிதம் முதலியன வாடிக்கையாளரையும் மார்க் கெட்டிங்கையும் பாதிக்கக்கூடியவை.

மார்க்கெட்டர்களுக்கு வாடிக்கையாளர்கள் வேண்டும். வாடிக்கையாளர்களுக்கோ வாங்கும் வசதி வேண்டும். வாங்கும் வசதியை கருத்தில் கொண்டே மார்க்கெட்டிங் மிக்ஸை வடிவமைக்க வேண்டும். உதாரணமாக, கடந்த 15 வருடத்தில் பொருளாதார தாராளமயமாக்கம், தொழில் துறையில் புதிய உத்வேகம் போன்றவைகளால் இந்தியாவில் பொருளாதார வசதி மேம்பட்டிருக்கிறது. ஏழைமைக் கோட்டுக்குக் கீழ் இருக்கும் மக்களின் எண்ணிக்கை கணிசமாகக் குறைந்திருக்கிறது. மத்தியதர மக்களின் எண்ணிக்கையும் பெருகியிருக்கிறது. இதனால் நாட்டில் பலதரப்பட்ட பொருள் வகைகளின் விற்பனை பல மடங்கு உயர்ந்திருப்பது நிதர்சனம்.

நாட்டில் வாடிக்கையாளர் கடன் வசதி பெருகி இருக்கிறது. அதே சமயம் கடனுக்கான வட்டி விகிதமும் வெகுவாகக் குறைந் திருக்கிறது. இந்த இரண்டு விஷயங்களின் கலவை நாட்டையே ஒரு கலக்கு கலக்கி இருக்கிறது என்றே சொல்ல வேண்டும். சைக்கிளுக்கு சிங்கி அடித்தவர்கள்கூட இன்று செல்லுலார் போனுடன் சல்லாபிக்கிறார்கள். காரணம் 'குறைந்த வட்டிக் கடன் வசதி'. மொத்த இந்திய வாடிக்கையாளர்கள் கடன், தொழில் துறை நிறுவனங்கள் பெறும் கடனை மிஞ்சி விட்டதாம்! 68,000 கோடி ரூபாயைத் தாண்டி அசுர வேகத்தில் முன்னேறுகிற தாக ஒரு புள்ளிவிவரம் கூறுகிறது.

இதன் தாக்கத்தை ஹவுசிங் லோன் மார்க்கெட்டில் கண்கூடாகப் பார்க்கலாம். முக்கியமான நகரங்களில் மட்டுமே ஆபீஸ் திறந்து

வீடு வாங்கக் கடன் கொடுத்து வந்த எச்.டி.எஃப்.சி. (HDFC) இன்று இந்தியாவின் எல்லா நகரங்கள், சின்ன ஊர்கள் என்று விரிந்து ஒவ்வொரு ஊரிலும் நான்கு, ஐந்து கிளைகள் வேறு திறந்திருக்கிறது. வாடிக்கையாளர்களின் பெருகிவரும் ஹவுசிங் லோன் தேவையை உணர்ந்து எல்லா வங்கிகளும் இப்பொழுது ஹவுசிங் லோன் கொடுக்க ஆரம்பித்துவிட்டன. இன்று ஹவுசிங் லோன் கொடுக்காத ஒரே பாங்க், ப்ளட் பாங்க் ஆகத்தான் இருக்க முடியும்.

சமுதாய-கலாசாரக் காரணிகள் (Socio-Cultural Factors)

சமுதாய கலாசாரக் காரணிகள் நம் எண்ணங்களை, நம் நம்பிக்கைகளை, நம் செயல்களை, நாம் வாழும் முறையை பாதிக்கின்றன. அதுவேதான் நாம் விரும்பும் பொருள் வகைகளிலும், நாம் நாடும் ப்ராண்ட்களிலும், நமது தேர்வுகளிலும் பிரதிபலிக்கின்றன.

வாடிக்கையாளர்களின் பார்வைகளும் நோக்கங்களும் மாறி வருகின்றன. 'நாளை நடப்பதை யார் அறிவார், இன்று அனுபவிப்போம்' என்ற மனப்பான்மை பெருகி வருகிறது. இதன் பிரதிபலிப்புதான் அதிகமாக விற்பனையாகும் வெளி நாட்டு சுற்றுலாப் பயணங்கள்; சொகுசு கார்கள், விலை உயர்ந்த வாட்ச்கள், க்ளப் மெம்பர்ஷிப் முதலிய பொருள் வகைகள்.

சமுதாயத்தின்மீது நமது பார்வைகள் மாறி வருகின்றன. 'நான் உண்டு, என் வேலை உண்டு, என் குடும்பம் உண்டு' என்று வீட்டுக்குள்ளேயே எண்ணங்களை முடக்கி வைக்கும் தன்மை பெருகி வருகிறது. இதன் தாக்கத்தை பெருகிவரும் டி.வி., புத்தகங்கள், கம்ப்யூட்டர் கேம்ஸ் விற்பனையில் பார்க்க முடிகிறது.

இயற்கையின் மீதிருந்த நம் பார்வைகள் கூட மாறி வருகின்றன. நம்மில் பலர் பொருள் வாங்கும்போது அப்பொருள் சுற்றுச் சூழலுக்கு மாசு விளைவிக்காத வகையில் தயாரிக்கப்பட்டதா என்று ஆராய்ந்து பார்த்து வாங்க ஆரம்பித்துள்ளோம். இதை உணர்ந்து கொண்ட ஃபோர்ட் நிறுவனம் தங்கள் கார்கள் சுற்றுப் புறத்தை மாசுபடுத்த வல்லவை, எனவே அதன் தாக்கத்தை மக்கள் மனத்தில் குறைக்க வேண்டும் என்று கருதி ஃபோர்ட் பவுண்டேஷன் என்கிற அமைப்பின் மூலம் சுற்றுப்புறச் சூழலைப் பாதுகாக்கும் முயற்சியில் ஈடுபட்டிருக்கிறது.

அரசியல் சட்டதிட்டக் காரணிகள் (Political Legal Factors)

அரசியல் நிலவரம், அமுலுக்கு வரும் புதிய சட்டதிட்டங்கள் முதலியன மார்க்கெட்டிங்கை வெகுவாக பாதிக்கக் கூடியவை. எடுத்துக்காட்டாக பொது இடங்களில் சிகரெட் பிடிக்கத் தடை விதித்ததன் விளைவு, சிகரெட் விற்பனையில் பின்னடைவு (சிறிய அளவேனும்) ஏற்பட்டிருக்கிறது. அதேபோல் மாசுக் கட்டுப்பாட்டுச் சட்டங்கள் கடுமையாக்கப்பட்டதன் விளைவால் கார்கள் சுற்றுச்சூழலைக் குறைவாக பாதிக்குமாறு வடி வமைக்கப்படுகின்றன. இதனால் கார்களின் விலை சற்றே கூடியிருப்பதால் அதன் பாதிப்பு சிறிய அளவேனும் வாடிக்கை யாளர்களிடம் இருப்பதாக கார் நிறுவனங்கள் கூறுகின்றன.

தொழில்நுட்பக் காரணிகள் (Technological Factors)

தொழில்நுட்ப வளர்ச்சி வாடிக்கையாளர்களின் வாழ்க்கையை நினைத்துப் பார்க்க முடியாத வகையில் மாற்றி வருகிறது. ஆட்டுக்கல் கிரைண்டரானது ஆகட்டும், அம்மிக்கல் மிக்ஸி யானது ஆகட்டும், மாட்டு வண்டிகள் கார்களாக, பஸ்களாக ஆனது ஆகட்டும், நம் வாழ்க்கை முறையே எளிமையாக்கப் பட்டுள்ளது. தொழில் நுட்பத்தின் தாக்கம் மார்க்கெட்டிங்கிலும் பிரதானமாக உள்ளது.

சினிமா தியேட்டர்கள் ஹோம் தியேட்டர்களாக நம் வீட்டுக் குள்ளேயே வந்துவிட்டன. ராட்சஸ கம்ப்யூட்டர்கள் சிறியதாகி நம் தொடைகள் மேலேயே அமரத் தொடங்கிவிட்டன. செல்போன், ஐ-பாட் என்று எங்கும் தொழில்நுட்பப் புரட்சிதான். புத்திசாலி மார்க்கெட்டர்கள் தொழில்நுட்பத்தை வைத்து வாடிக்கையாளர்களின் வாழ்க்கையை எப்படி மேம்படுத்துவது, எப்படி எளிமையாக்குவது, எப்படி வளமாக்குவது என்று சிந்தித்து அதற்கேற்பப் பொருள்களை அறிமுகம் செய்து வெற்றி காண்கின்றனர். வங்கிகள் அறிமுகப்படுத்தி இருக்கும் ஏ.டி.எம் (தானியங்கிப் பணம் வழங்கும்) சேவை இதற்கு ஒரு சிறந்த உதாரணம்.

சந்தைப் போக்கையும் மார்க்கெட்டிங்கைப் பாதிக்கும் புறச்சூழல் காரணிகளையும் புரிந்துகொண்டோம். இத்துடன் ஒரு பொரு ளின் வாழ்க்கைச் சுழல் பற்றியும் நாம் அறிந்து கொண்டால்தான் மார்க்கெட்டிங் மிக்ஸை சரியாக வடிவமைக்க முடியும்.

பொருளின் வாழ்க்கைச் சுழல் (Product Life Cycle)

மனிதர்களுக்கு எப்படி பிறப்பு, வளர்ப்பு, முதுமை, இறப்பு ஆகியவை உண்டோ அதே போல் பொருள்களுக்கும் உண்டு. இதற்கு 'பொருளின் வாழ்க்கைச் சுழல்' (ப்ராடக்ட் லைப் சைக்கிள்) என்று பெயர்.

1. ஒவ்வொரு பொருளுக்கு வரையறுக்கப்பட்ட வாழும்காலம் உண்டு.
2. ஒவ்வொரு பொருளும் தன் வாழ்க்கையில் வெவ்வேறு நிலைகளைத் தாண்டிச் செல்வதால், ஒவ்வொரு நிலையிலும் புதிய சவால்களை, புதிய வாய்ப்புகளை, புதிய பிரச்னை களைச் சந்திக்க நேர்கிறது.
3. ஒவ்வொரு நிலையிலும் அந்தப் பொருள் ஈட்டும் லாபம் மாறுபடுகிறது.
4. ஒவ்வொரு நிலையிலும் பொருளின் மார்க்கெட்டிங், உற்பத்தி, நிதி மற்றும் மனித வள உத்திகள் மாறுபடும்.

ஒரு பொருளின் வாழ்க்கைச்சுழல் கீழ்க்கண்ட வடிவத்தில் அமையும். அதன் நான்கு நிலைகள் முறையே: அறிமுகம், வளர்ச்சி, முதிர்ச்சி மற்றும் தாழ்வு.

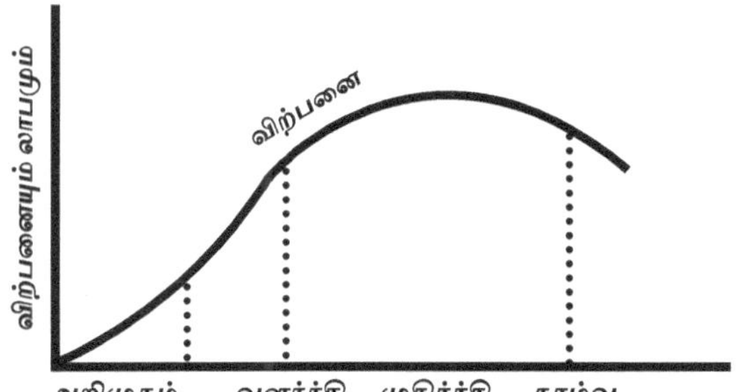

அறிமுகம்: ஒரு பொருள் புதிதாக அறிமுகமாகும் படலம். இந்தப் பொருளை விநியோகிக்க, கால அவகாசம் தேவைப்படும்; வாடிக்கையாளர் இந்தப் பொருளை ஏற்றுக்கொள்ள தாமதம் ஆகலாம். இதனால் விற்பனை சற்று மந்தமாகவே இருக்கும் சாத்தியக்கூறு உண்டு. இந்தப் படலத்தில் லாபம் சம்பாதிப்பது மிக அரிதே. இந்தப் படலத்தில் மார்க்கெட்டர் விநியோகத்தை முடுக்கிவிட முயற்சிகள் மேற்கொள்ள வேண்டும். பொருளை

அறிமுகம் செய்யும் வகையிலான தகவல்தொடர்புக் கொள்கைகளை வடிவமைக்க வேண்டும். மைக்ரோவேவ் அடுப்பு, டிஷ் வாஷர், எலெக்ட்ரிக் கார் போன்ற பொருள் வகைகள் இன்று இந்தப் படலத்துக்கு உதாரணங்கள்.

வளர்ச்சி: வாடிக்கையாளர், பொருளை அதிக அளவில் ஏற்றுக் கொள்ளும் படலம். இதனால் விற்பனை அதிகமாகி, பொருள் லாபத்தை ஈட்டித் தரத் தொடங்குகிறது. பொருளின் அதிகரிக்கும் விற்பனை புதிய போட்டியாளர்களை ஈர்க்கிறது. விற்பனை மேம்பாட்டுச் செயல்கள் அதிகரிக்கப்படுகிறது. இன்று இந்தியாவில் இந்தப் படலத்தில் இருக்கும் பொருள் வகைகள் மொபைல் ஃபோன், டியோடரண்ட், கார், ஏர் கண்டிஷனர் போன்றவை.

முதிர்ச்சி: பொருள் நன்கு வளர்ந்து அனைவருமே உபயோகிக்கும் அளவை அடைந்து விட்டதால் இனி மேலும் வளர்ச்சி அடைவது முடியாது என்ற நிலை. அதிகப் போட்டியாளர் மற்றும் வளர்ச்சியின்மை காரணங்களால் லாபம் அதிகரிப்பதில்லை; பல சமயங்களில் குறையவும் தொடங்கும். மார்க்கெட்டர்கள் கடும் போட்டியைச் சமாளிக்க விலையை குறைக்கத் தொடங்குகின்றனர். சிலர் லாபத்தைத் தற்காத்துக் கொள்ள தகவல் தொடர்புச் செலவுகளைக் குறைத்துக் கொள்கின்றனர். முகப் பவுடர், சைக்கிள், சோப், சலவைத்தூள் போன்றவை இந்தப் படலத்தில் இருப்பவை.

தாழ்வு: விற்பனை குறைய ஆரம்பிக்கும் படலம். வாங்குவது குறைந்து பொருள் வகையே மறையத் தொடங்குகிறது. லாபம் என்பது கானல் நீர் ஆகிறது. சில நிறுவனங்கள் வந்தவரை லாபம் என்று தங்கள் தொழிலை வந்த விலைக்கு பிறருக்கு விற்கத் தொடங்குகின்றனர். மிச்சம் மீதி இருக்கும் நிறுவனங்களுக்குள்ளாகக் கடும் போட்டி நிலவுகிறது. சீயக்காய்த்தூள், ஃபில்ட்டர் காஃபி ஆகியவை இந்தப் படலத்தில் இருப்பவை.

சரி, இப்பொழுது பொருளின் வாழ்க்கைச் சுழல் பற்றியும் தெரிந்து கொண்டாகி விட்டது. அடுத்து, மார்க்கெட்டிங் மதத்தின் குலதெய்வத்தை அறிந்து, புரிந்து, தெரிந்து, உணர்ந்து கொள்ள வேண்டாமா?

வாருங்கள் செல்வோம் வாடிக்கையாளர் வீட்டுக்கு...

வாடிக்கையாளர் குணாதிசயங்கள்

***'வாடிக்கையாளர் என்பவர் ஒரு முட்டாள் இல்லை;
அவர் உங்கள் மனைவி!***

வாடிக்கையாளர் என்பவர் யார் என்பதை ஏற்கெனவே மேலோட்டமாகப் பார்த்திருந்தோம். அவர் குணாதிசயங்கள் என்னென்ன, அவர் பொருள் வாங்கும் செயல்முறை (Buying process) என்ன, அவர் எண்ணங்களையும் செயல்பாடுகளையும் பாதிப்பவை எவை எவை, அந்த பாதிப்புகள் எத்தகையவை என்பவற்றை இப்பொழுது பார்க்கலாம்.

மார்க்கெட்டிங்கின் இலக்கே வாடிக்கையாளரின் தேவையறிந்து, அந்தத் தேவையைப் பூர்த்தி செய்து அவரை மகிழ்விப்பது என்னும்போது, அந்த வாடிக்கையாளரின் குணாதிசயங்கள் (Consumer behaviour) பற்றிய தெளிவான சிந்தனை நமக்கு அவசியம். இதற்கு இன்றியமையாதது வாடிக்கையாளர் குணாதிசய ஆய்வு (Consumer Behaviour Analysis). இந்த ஆய்வுதான் வாடிக்கையாளர்கள் எப்படிப் பொருள்களைத் தேர்வு செய்கிறார்கள், எப்படி வாங்குகிறார்கள், வாங்கிய பொருளை எப்படி உபயோகிக்கிறார்கள், எப்படித் தங்கள் தேவையைப் பூர்த்தி செய்து கொள்கிறார்கள் என்று மார்க்கெட்டர்களுக்கு உணர்த்தும்.

வாடிக்கையாளர் குணாதிசயங்களைப் பல காரணிகள் பாதிக்கின்றன. வாடிக்கையாளர்களைப் புரிந்துகொள்ள முதல்படி அந்தக் காரணிகளைப் புரிந்துகொள்வதுதான். அப்படி வாடிக்கையாளர்களைப் பாதிக்கும் காரணிகள் மூன்று: கலாசாரக் காரணிகள், சமுதாயக் காரணிகள், தனிப்பட்ட சொந்தக் காரணிகள்.

கலாசாரக் காரணிகள் (Cultural Factors)

வாடிக்கையாளர் குணாதிசயங்களைப் பாதிப்பவற்றில் முக்கிய மானது கலாசாரக் காரணிகள். வாடிக்கையாளரின் எண்ணங்களை, வாழும் முறையை, வாங்கும் பொருள்களை பாதிக்கவல்லது கலாசாரக் காரணிகள். இன்னும் சொல்லப் போனால், இவை வாழ்க்கைப் பாதையைக்கூட பாதிக்கக் கூடியவை. பெரும் பான்மையான அமெரிக்கர்கள் யாரிடமாவது வேலை செய்வதை விட, சொந்தமாக ஏதேனும் தொழில் தொடங்கி வியாபாரி யாகவோ, இல்லை ஒரு கம்பெனியின் முதலாளியாகவோதான் இருக்க விருப்பப்படுகிறார்கள். அமெரிக்க மக்களுக்கு மட்டுமே உரித்தான இந்த முதலாளித்துவ மயக்கம் எப்படி வந்தது என்று சிந்தித்துப் பார்த்த அறிஞர்களின் கருத்து நமக்கு கலாசாரக் காரணிகளின் பாதிப்பைத் தெளிவாக உணர்த்தவல்லது.

அந்த அறிஞர்களின் கருத்து இதுதான். ஒரு மனிதன் பிறந்து வளரும் போது அவனது வளர்ச்சியைப் பாதிப்பவை சில நிறுவனங்கள் (Institutions). அவன் பிறந்த குடும்பம் மற்றும் பெற்றோரின் பாதிப்பு முதன்மையானது. அதன்பிறகு அவனைப் பெருமளவு பாதிப்பது கல்வியறிவை வளர்க்கும் நிறுவனங்கள், அதாவது கல்விக்கூடங்களான பள்ளிகள், கல்லூரிகள். அதற்கு அடுத்து அவனைப் பாதிப்பது மதம் சார்ந்த நிறுவனங்கள். அதாவது, கோயில்கள், மடங்கள், சர்சுகள், மசூதிகள், வழிபாட்டு முறைகள், நம்பிக்கைகள் முதலியன. இந்த மூன்று நிறுவனங் களே ஒரு மனிதனின் பாதிப்புகளில் முக்கியமானவை. இந்த மூன்றிலும் இருந்தே ஒரு மனிதன் தன் கலாசாரத்தை கிரகிக் கிறான் என்பது அறிஞர்களின் கருத்து.

பெரும்பான்மையான அமெரிக்கக் குழந்தைகள் விவாகரத்து பெற்றுள்ள, தனியாக வசிக்கும் தாயிடமோ தந்தையிடமோதான் வாழ்கின்றனர். அதனால், 'குடும்பம், பெற்றோர்' என்கிற பாதிப்பு குறைவாகவே அமையப் பெறுகின்றனர். அதேபோல் பெரும்பான்மையான அமெரிக்கர்களின் கல்வி வாழ்க்கை குறைவாகவே அமைகிறது. கல்லூரியில் படித்து முடித்துப் பட்டம் வாங்குவோரின் எண்ணிக்கை மிகக் குறைவு. கல்விக் கூடங்களும் கலாசாரக் கல்வியை அமெரிக்கர்களுக்கு சரிவர போதிப்பதில்லை என்கிற குற்றச்சாட்டு வேறு அங்கு உள்ளது. ஆக, இந்தப் பாதிப்பும் குறைவே. அத்துடன் பெரும்பான்மை அமெரிக்கர்களுக்கு மதத்தின் மீதான நம்பிக்கை குறைவு. அவர்கள்

மத வழிபாட்டுத்தலங்களுக்கு செல்வதோ மிகக் குறைவு. எனவே மதம் சார்ந்த நிறுவனங்களின் தாக்கமும் சொற்பமே.

ஆக, ஒரு சராசரி அமெரிக்கக் குடிமகன், அவன் கலாசார அறிவு பெறத் தேவையான மூன்று பெரும் நிறுவனங்களின் பாதிப்பு களைக் குறைவாகவே பெற்று வளர்கிறான். அப்படி என்றால் அவனைப் பாதிக்கக்கூடிய, அவனுக்குக் கலாசாரத்தை ஊட்டக் கூடிய இயக்கங்களே அமெரிக்காவில் இல்லையா? இருக்கிறது. அந்த நாட்டின் தொழிற்சூழலும், வியாபாரக் கூடங்களும். அவைதான் அவனுக்குக் கலாசாரப் பாதிப்பை அளிக்கின்றன. ஒரு சராசரி அமெரிக்கக் குடிமகனுக்கு அவற்றின் தாக்கம்தான் அதிகம். எனவேதான் அவன் முதலாளித்துவச் சிந்தனைகளுடன் வளர்ந்து, வியாபாரக் கலாசாரத்தைப் பெறுகிறான். வியாபாரி யாகவே விரும்புகிறான். இதுதான் அறிஞர்களின் கருத்து.

இதை இந்தியச் சூழ்நிலையுடன் ஒப்பிட்டுப் பார்க்கும்போது இந்தியர்களில் அதிகம் பேர் ஏன் தொழில் தொடங்கத் தயங்கு கிறார்கள் என்பதும் புரியும். ஒரு சராசரி இந்தியனை மூன்று கலாசார நிறுவனங்களும் சகட்டு மேனிக்குத் தாக்குகின்றன. பெற்றோர்களாகட்டும், கல்விக் கூடங்களாகட்டும், மதங்களா கட்டும், நாம் இம்மூன்றின் இரும்புப் பிடிக்குள்தான் வாழ்ந்து, வளர்ந்து மறைகிறோம். அமெரிக்க நாட்டைக் காட்டிலும் குறைவான தொழில்துறை வளர்ச்சி இங்குள்ள காரணத்தால், தொழில் நிறுவனங்களின் பாதிப்பையும் குறைவாகவே பெறு கிறோம். இதனால்தானோ என்னவோ நம்மில் பெரும்பான்மை யானவர்களுக்கு சுயமாகத் தொழில் தொடங்க வேண்டும் என்றாலே தொடை நடுங்குகிறது. கைகட்டிச் சேவகம், மாத மானால் சம்பளம், அதுவே குடும்பத்துக்கு ஆதாரம் என்றே வாழப் பழகிவிட்டோம்!

இதிலிருந்து, கலாசாரக் காரணிகள் எப்படி நம் எண்ணங்களைப் பாதிக்கின்றன, எப்படி நம் வாழ்க்கை முறைகளை வரையறுக் கின்றன என்பது விளங்கும். இவைதான் நாம் பொருள் வாங்கும் முறையையும் பாதிக்கின்றன.

சமுதாயக் காரணிகள் (Social Factors)

குடும்பம், அந்தஸ்து போன்ற சமுதாயக் காரணிகளும் வாடிக்கை யாளர்களின் எண்ணங்களையும், வாங்கும் முறையையும் பாதிக்கக் கூடியவை. வாடிக்கையாளர்கள் பொருள் வாங்குவதில்

அவர்கள் குடும்பத்தின் தாக்கம் கணிசமாகவே அமைகிறது. நம் வீடுகளில் அன்றாடப் பொருள்களான சோப்பு, டூத் பேஸ்ட், ஷாம்பு, பவுடர், க்ரீம் போன்றவற்றை வாங்குவது பெரும்பாலும் பெண்கள்தான். என்ன ப்ராண்ட் வாங்குவது என்று முடிவு செய்வதும் பெரும்பாலும் பெண்கள்தான்.

ஆண்களில் பலர் 'லக்ஸ்' சோப் போட்டுக் குளிப்பர். அவர் களுக்கு நடிகைகள் போல் அழகான சருமம் வேண்டும் என்பதால் அல்ல. அவர்களது குளியலறையில் லக்ஸ்தான் இருந்திருக்கும். ஏனெனில், அவர்கள் வீட்டுப் பெண்கள் லக்ஸ்தான் வாங்கி வைத்திருப்பர். அதனால்தான் பெரும்பான்மையான சோப்பு விளம்பரங்கள் பெண்களை மட்டுமே கவரும் வண்ணம் வடிவமைக்கப்படுகின்றன. வேற்று கிரகவாசி யாரேனும் திடீரென்று பூமிக்கு வந்து நம் சோப்பு விளம்பரங்களைப் பார்த்தால், 'ஏதேது இந்த பூமிக்கிரக ஆண் வர்க்கம் குளிக்கவே குளிக்காது போலிருக்கிறது' என்று நினைக்கும் சாத்தியக்கூறு நிறையவே உண்டு!

ஆனால் விலையுயர்ந்த பொருள்களான டி.வி., ஃபிரிட்ஜ், வாஷிங்மெஷின், கார் போன்ற சாமான்கள் ஆகட்டும், அதன் விளம்பரங்களில் கணவனும் மனைவியும் சேர்ந்து வாங்குவது போல் காண்பிக்கப்படும். ஏனெனில் இம்மாதிரியான பொருள் களைப் பொதுவாகக் கணவனும் மனைவியும் கலந்து ஆலோசித்தே வாங்குவர்.

சமுதாயத்தில் உள்ள நிலை, ஸ்டேட்டஸ் போன்றவையும் வாடிக்கையாளர்களைப் பாதிக்கக் கூடியவை. வாடிக்கையாளர் களில் பலர் தங்கள் அந்தஸ்துக்கு ஏற்றபடி பொருள்களும், ப்ராண்ட்களும் வாங்கப் பிரியப்படுவர். இவர்களைக் கவரத்தான் High Imagery பொருள் வகைகள் என்று கருதப்படும் வாட்சுகள், உயர்ரக சட்டை, பேண்டுகள், கார்கள் போன்றவற்றை விற்கும் ப்ராண்ட்கள் தங்களை 'அந்தஸ்தை உயர்த்துபவர்கள்' (Status enhancers) என்று கூறி விற்க முயற்சி செய்வர்.

உதாரணமாக 'பார்க்கர்' என்னும் விலை உயர்ந்த பேனா ப்ராண்ட் 'பார்க்கர்' பேனா இல்லாதவர்களைக் குறிவைத்து, 'பார்க்கர் இல்லாத பேனாவை ஏன் இன்னும் வைத்திருக்கிறீர்கள்' என்று கூறி விளம்பரப்படுத்துகிறது. அதாவது, அந்தஸ்து பார்க்கிறவர் கள் சாதாரண பேனா வைத்திருக்கக் கூடாது, 'பார்க்கர்'தான்

வைத்திருக்க வேண்டும் என்று அர்த்தம். 'பார்க்கர்' பேனாக்கள் அதனால்தான் அந்தஸ்துப் பிரியர்களுக்குப் பிடித்தமானதாக இருக்கிறது.

தனிப்பட்ட சொந்தக் காரணிகள் (Personal Factors)

வாடிக்கையாளரைச் சார்ந்த அவர் சொந்த விஷயங்களான வயது, வேலை, பொருளாதார நிலை, நிலைப்பாடு, வாழும் முறை (Lifestyle), நம்பிக்கைகள் முதலியனவும் அவர் வாங்கும் முறை யைப் பாதிக்க வல்லவை. இவை பல சமயங்களில் சுயேச்சை யாகவும் சில சமயங்கள் தங்களுக்குள் கூட்டணி அமைத்தும் வாடிக்கையாளர்மீது தங்கள் தாக்கத்தைச் செலுத்தக் கூடியவை.

வாடிக்கையாளர்களின் தேவைகளும், வாங்கும் பொருள்களும், விரும்பும் ப்ராண்ட்களும் அவர்கள் வயதுக்கேற்ப மாறுகின்றன. ஒரு சராசரி இந்தியப் பெண், குழந்தையாக இருக்கும்போது 'ஜான்சன் அண்ட் ஜான்சன்' சோப்பில் குளிக்கத் தொடங்கி, பின் கன்னிப் பருவத்தில் 'லக்ஸ்' சோப்பில் ஜலக்கிரீடை செய்து, திருமணத்துக்குப் பின் 'ஹமாம்', 'மார்கோ' போன்ற இயற்கை சோப்புகளுக்குத் தாவி, நாற்பது வயதில் சருமப் பாதுகாப்புக்கு 'டவ்' சோப்பில் வந்து முடிக்கின்றார்.

குளிக்கும் சோப் என்று மட்டும் இல்லை, படிக்கும் பத்திரிகை களிலும் மாற்றங்கள் செய்து விற்பார்கள் திறமையான மார்க் கெட்டர்கள். குடும்பப் பத்திரிகையாக பவனி வந்த 'ஆனந்த விகடன்' இப்பொழுது வாசகர்களின் வயதுக்கேற்ப 'சுட்டி விகடன்' என்று குழந்தைகளுக்கும் 'சக்தி விகடன்' என்று சற்றே வயது முதிர்ந்தவர்களுக்கும் புதிய பத்திரிகைகளைத் தொடங்கி, தொடர்ந்து வெற்றி பெற்று விற்பனையில் கொடிகட்டிப் பறக்கிறது.

வாடிக்கையாளர் செய்யும் வேலை மற்றும் அவரின் பொருளா தார நிலையையும் கருத்தில் கொண்டே மார்க்கெட்டர் பொருள் களை விற்க முனைய வேண்டும். இந்தக் காலத்தில் 'வேலைக் கேற்ற ஊதியம்' உண்டோ இல்லையோ 'பதவிக்கேற்ற பந்தாக்கள்' அவசியம் உண்டு. இதை நன்கு உணர்ந்த கம்பெனி கள் அதற்கேற்ப பொருள் வகைகளையும் ப்ராண்ட்களையும் உருவாக்கி விற்பனை செய்கின்றன. க்ரெடிட் கார்ட், கம்ப் யூட்டர், வாட்ச்கள், கார்கள் முதலிய பொருள் வகைகள் இதில் அடங்கும்.

வாடிக்கையாளர் பொருளாதார நிலையின் மற்றுமொரு அம்சம், அவர் வாழும் முறை (Lifestyle). அவர் வசதிக்கேற்ப, அந்த வசதியை மற்றவர்களுக்குப் பறைசாற்ற அவர் வாங்கும் பொருள்கள், ப்ராண்ட்களை அறிவது அவசியம். பணக்காரர் தன் பணத்தைப் பறைசாற்ற 'சாண்ட்ரோ' கார் வாங்கலாம். தான் பெரும் பணக்காரர் என்பதைக் குறிக்க 'டொயோட்டா கரோலா' வாங்கி ஓட்டலாம். தான் கோடீஸ்வரர் என்பதை தெள்ளத் தெளிவாக உலகுக்கு உணர்த்த 'மெர்சிடிஸ் பென்ஸ்' வாங்கி வீட்டின் முன் நிறுத்தலாம். விரலுக்கேற்ற வீக்கம் என்பதுபோல் பணத்துக்கேற்ற பறைசாற்றல்!

வாடிக்கையாளர்கள் குணாதிசயங்களைப் பாதிக்கும் காரணி களைக் கண்டு கொண்டோம். இவற்றின் பாதிப்புக்கு ஊடே அவர்கள் வாங்க முடிவெடுக்கும் செயல்முறையை (Buying Decision Process) அறிந்து கொள்வதும் அவசியம். மார்க்கெட்டிங் அறிஞர்கள் வாடிக்கையாளர் வாங்க முடிவெடுக்கும் முறையை ஐந்து படிநிலைகளாக பிரித்துள்ளனர். அவை முறையே:

1. தேவையை உணர்தல்
2. தகவல் தேடல்
3. மாற்று வகைகளை ஆராய்தல்
4. வாங்க முடிவெடுத்தல்
5. வாங்கிய பிறகான செயல்பாடுகள்.

பொதுவாக வாடிக்கையாளர் ஒரு பொருளை வாங்க இந்த ஐந்து படிகளையும் கடந்து செல்கிறார். வாங்கும் எல்லாப் பொருள் களுக்கும் இந்த ஐந்து படிகளும் இருக்கும் என்று சொல்வதற் கில்லை. உப்பு வாங்கவோ, ஒரு பிஸ்கெட் வாங்கவோ இத்தனை பெரிய நீண்ட செயல்முறை தேவையில்லை. ஆனால் ஒரு பொருள் வாங்கும் முறையில் உள்ள அனைத்து அம்சங்களும் இந்தச் செயல்முறையில் அடங்குவதால் இதைப் புரிந்து கொள்வது மார்க்கெட்டருக்கு பயன் அளிக்கும்.

1. தேவையை உணர்தல் (Problem recognition)

வாடிக்கையாளர் ஒரு தேவையை உணரும்போது 'Buying process' என்பது தொடங்குகிறது. அந்தத் தேவையைத் தூண்டுவது பசி, தாகம், பாலியல் உணர்வு போன்ற உள் காரணங்களாக (Internal stimuli) இருக்கலாம் அல்லது அந்தத் தேவை வெளிக்

காரணங்களாலும் (External stimuli) தூண்டப்பட்டதாக இருக்கலாம். அண்டை வீட்டுக்காரர் வாங்கியிருக்கும் அழகான காரை பார்த்து அதுபோல் தானும் ஒரு காரை வாங்க வேண்டும் என்று ஆசைப்படுவது வெளிக்காரணத் தூண்டுதலுக்கு உதாரணமாகும்.

தேவைகளைத் தூண்டும் காரணங்களையும் அதைச் சுற்றியுள்ள சூழ்நிலைகளையும் மார்க்கெட்டர் அறிந்து கொள்வது அவசியம். அறிந்து கொண்டால் அந்தக் குறிப்பிட்ட தேவைகளையும் தூண்டும் வண்ணம் மார்க்கெட்டிங் மிக்ஸையும் உத்திகளையும் அமைப்பது சுலபமாகிவிடும். பேக்கரி கடைக்காரர் தன் பண்டங்களின் வாசத்தை வேண்டுமென்றே கடைக்கு வெளியே பரவ விடுவது அந்த வாசம் வாடிக்கைக்காரர்களின் மூக்கைக் கட்டிப் போட்டு, கடைக்கு இழுத்து வந்து அப்பண்டங்களை வாங்கச் செய்வதற்குத்தான்!

2. தகவல் தேடல் (Information search)

தேவையை உணர்ந்த வாடிக்கையாளர் அதைப் பூர்த்தி செய்யத் தேவையான தகவல்களை தேட முற்படுவார். எந்தெந்த பொருள் வகைகள் தேவையை நன்றாகப் பூர்த்தி செய்யும்? எந்த ப்ராண்ட் சிறந்தது என்கிற கேள்விகளுக்கு விடைகளை தேடுவார். மார்க்கெட்டர்கள் இங்கு முக்கியமாக கவனத்தில் கொள்ள வேண்டியது வாடிக்கையாளர் எங்கு தகவலை தேடுகிறார் என்பதை ஆகும்.

வாடிக்கையாளர்கள் நான்கு வகையில் தகவல் சேகரிக்கிறார்கள்.

(a) ***சுற்றத்தார்:*** குடும்பம், நண்பர்கள், அண்டை வீட்டார், தெரிந்தவர்கள். இவர்களிடம் கேட்டு தமக்குத் தேவையான விவரங்களை அறிந்து கொள்கிறார்கள். உதாரணத்துக்கு புதிதாக மணமான பெண், தன் தாயிடம் எந்த ப்ராண்ட் சமையல் எண்ணெய் வாங்கினால் நன்றாக இருக்கும் என்று கேட்டு அறிந்துகொள்வது.

(b) *விளம்பரங்கள்:* செய்தித்தாள்கள், டி.வி., ரேடியோ, இணையத் தளங்கள் போன்ற ஊடகங்களில் வெளியாகும் விளம்பரங்கள், கடைக்காரர்களிடம் கேட்டுத் தெரிந்து கொள்வது, வீடுதேடி வரும் சேல்ஸ்மென் சொல்வது ஆகியவற்றிலிருந்து அறிந்து கொள்வது. பல பொருள்களைப் பற்றிய விவரங்களும் நமக்கு இந்த வழியில்தான் தெரிய வருகின்றன.

(c) பொதுக்களத்திலிருந்து (Public Space): இவை நேரடியான விளம்பரங்கள் இல்லை. ஆனால் பத்திரிகை தலையங்கங்கள், விமரிசனங்களிலிருந்து, பத்தி எழுத்தாளர்களின் கருத்துகளில் இருந்து, தொலைக்காட்சிச் செய்திகளில் (விளம்பரமல்லாத) காண்பிக்கப்படும் பொருள்களிலிருந்து, சினிமாக்களில் கண்ணில் படும் பொருள்களிலிருந்து - இவற்றிலிருந்தெல்லாம் பொருள்கள், அவை பயன்படுத்தப்படும் விதம் ஆகியவற்றை நாம் அறிந்துகொள்கிறோம்.

(d) சொந்த அனுபவம் மூலம்: நாமே பொருள்களை வாங்கிப் பயன்படுத்துவதன் மூலம், பரிசோதனைகள் மூலம் அறிந்து கொள்வது.

சேகரிக்கும் தகவலின் தாக்கம் சம்பந்தப்பட்ட பொருள் வகையையும் வாடிக்கையாளரின் குணாதிசயத்தையும் பொருத்தே அமையும். பொதுவாக, தகவலை வாடிக்கையாளர் விளம்பரங்களின் மூலம் பெற்றாலும், சுற்றத்தாரின் அறிவுரை அதிகமான தாக்கத்தை ஏற்படுத்தக் கூடியது. சமையல் செய்ய உதவும் மிக்ஸியை வாங்க முடிவெடுக்கும் பெண்கள் பொதுவாகத் தங்கள் சுற்றத்தாரிடம் அறிவுரை கேட்பர். அதன்படியே எல்லோரும் அறிவுரைக்கும் ப்ராண்டையே வாங்குவர்.

இதை நன்கு உணர்ந்த 'ப்ரீத்தி' மிக்ஸியை தயாரிக்கும் T.T.K. கம்பெனி இதைத் தன் விளம்பரக் கதையின் கருவாக்கி பட்டிதொட்டிகளில் எல்லாம் பரவ விளம்பரப்படுத்தியது. அந்த விளம்பரப் படத்தில் பலதரப்பட்ட குடும்பப் பெண்கள் ஒவ்வொருவராக தோன்றி விளம்பரத்தை பார்ப்பவர்களிடம் கூறுவதுபோல் 'ப்ரீத்தி மிக்ஸி வாங்கு. அதற்கு நான் காரண்டி' என்று கூறுவதை பார்த்திருப்பீர்கள். அந்த விளம்பரத்துக்குப் பிறகு ப்ரீத்தியின் விற்பனை பல மடங்காக உயர்ந்து இன்று சந்தையில் சக்கைப் போடு போடுகிறது. அப்படி என்ன அந்த விளம்பரத்தில்? மிக்ஸி வாங்க நினைத்திருக்கும் பெண்களிடம் நேரடியாக பேசி அறிவுரை கூறுவதுபோல் அமைக்கப் பட்டிருந்ததுதான் அந்த விளம்பரம் வெற்றி பெற்றதன் ரகசியம்.

3. மாற்று வழிகளை ஆராய்தல் (Evaluation of alternatives)

வாடிக்கையாளர் தங்கள் தேவையை பூர்த்தி செய்யும் சிறந்த வழியைக் கண்டறிந்தபிறகு தேவையைப் பூர்த்தி செய்யும்

வெவ்வேறு பொருள்களின் பயன்களை ஆராய்கிறார். ஒரு வாடிக்கையாளர் மாற்று வழிகளை எப்படி ஆராய்கிறார், ஆராய்வதற்கு அவர் பயன்படுத்தும் அளவுகோல் என்னென்ன என்பதை மார்க்கெட்டர் அறிய முற்பட வேண்டும்.

கூந்தலைச் சுத்தப்படுத்தவல்லது எது என்று ஒருவர் தேடுகிறார் என்று வைத்துக் கொள்வோம். கூந்தலைச் சுத்தப்படுத்தச் சிறந்தது சோப்பா, சீயக்காயா, ஷாம்புவா அல்லது வேறு ஏதாவதா என்று ஆராய்ந்து முடிவெடுக்கிறார். அதன்பிறகு ஷாம்புதான் சிறந்தது என்று முடிவெடுத்தால், எந்த ஷாம்புவை வாங்குவது என்று ஆராய முற்படுகிறார். பளபளக்கும் கூந்தல், அடர்த்தியான கூந்தல், ஆரோக்கியமான கூந்தல், பொடுகற்ற கூந்தல் என்று தனக்கு எது தேவையோ அதை அளிக்கும் ஷாம்பு ப்ராண்ட்களின் பயன்களை ஆராய்ந்து முடிவெடுக்கிறார். வாடிக்கையாளர்கள் எப்படிப் பொருள்களை வகைப்படுத்து கின்றனர் என்பதை அறிவது அவசியம். இதை விவரமாகப் பின்னர் பார்ப்போம்.

4. வாங்க முடிவெடுத்தல் (Purchase decision)

தீர்க்கமான ஆராய்ச்சிக்குப் பிறகு வாடிக்கையாளர் ஒரு பொருளை, ஒரு ப்ராண்டை வாங்க முடிவெடுக்கிறார். வாங்க முடிவெடுப்பது என்பது 'ஒரு முடிவு' போல் தோன்றினாலும் அதற்குள் பல உள்பிரிவு முடிவுகளும் அடங்கும். எந்த ப்ராண்டை வாங்குவது, எந்தக் கடையில் வாங்குவது, எந்த சைஸ் அல்லது எடையில் வாங்குவது, காசு கொடுத்து வாங்குவதா, கடனில் வாங்குவதா, க்ரெடிட் கார்ட் மூலமாக வாங்குவதா என பல உள்பிரிவுகள் உண்டு.

'வாங்க வேண்டும்' என்கிற பெரிய முடிவின் உள்பிரிவுகளை சிறியவைதானே எனச் சாதாரணமாக எண்ணிவிட வேண்டாம்! சில சமயங்களில் இவை விற்பனையையே தடுத்து நிறுத்தும் ஆற்றல் பெற்றவையாக விளங்கும். உதாரணத்துக்கு ஒரு வாடிக்கையாளர் பொருள் ஒன்றை வாங்க ஒரு கடைக்குச் செல்கிறார். அவரிடம் கையில் பணம் இல்லை, ஆனால் கிரெடிட் கார்ட் உள்ளது. அந்தக் கடையில் 'க்ரெடிட் கார்ட் ஏற்றுக்கொள்ளப்பட மாட்டாது' என்று எழுதியிருந்தால், அந்தக் கடை ஒரு விற்பனையை இழக்க வேண்டி வரலாம்.

5. வாங்கிய பிறகான செயல்பாடுகள் (Postpurchase behaviour)

பொருளை வாங்கியதோடு மட்டுமே வாடிக்கையாளரின் வாங்கும் செயல்முறை முடிவடைந்து விடுவதில்லை. பல பொருள் வகைகளில் இதுதான் ஆரம்பமே! வாங்கிய பொருளை உபயோகித்துப் பார்த்து, தான் விரும்பிய மாதிரி இருந்ததா, திருப்தி அளித்ததா என்று பார்த்தபின்தான் வாடிக்கையாளர்கள் மீண்டும் அதே பொருளை வாங்குவர். வாங்கிய பொருள் திருப்தி தரவில்லை எனில், வாடிக்கையாளர் மீண்டும் அந்தப் பொருளை வாங்காது இருப்பதோடு இல்லாமல், ஊரெல்லாம் சென்று 'அப்பொருளை வாங்காதீர்கள்' என்று தம்பட்டம் அடிப்பர். இந்த Negative அறிவுரை மற்ற வாடிக்கையாளர்களை வாங்கவிடாமல் செய்துவிடும்.

திறமையான மார்க்கெட்டர்கள் பொருளை விற்ற பின்னரும் வாடிக்கையாளரை மகிழ்விக்க தேவையானதைத் தொடர்ந்து செய்வார்கள். வீட்டு மனைகள், வீடுகள், அபார்ட்மெண்டுகள் விற்கும் ஹயக்ரீவர் நிறுவனம் வீடுகளை விற்பதோடு தங்கள் வேலை முடிவடைந்தது என்றில்லாமல், வாடிக்கையாளர் லோன் பெறுவதற்கு உண்டான உதவிகளையும் செய்கிறது. இந்த உதவி வாடிக்கையாளர்களை மகிழ்விப்பதோடு இல்லாமல், அவர்கள் மற்றவர்களிடம் ஹயக்ரீவர் நிறுவனத்தைப் பற்றி நாலு நல்ல வார்த்தை கூறி நல்ல அபிப்பிராயம் வளர்க்கவும் உதவுகிறது.

வாடிக்கையாளரை புரிந்துகொள்ளத் தேவை மார்க்கெட் ரிசர்ச்

வாடிக்கையாளரை இனங்கண்டுக் கொள்ள, அவரது குணாதிசயங்களை அறிந்துகொள்ள, அவர் பொருள் வாங்கும் விதத்தைப் புரிந்துகொள்ள மார்க்கெட்டருக்கு பெரிதும் உதவுவது மார்க்கெட் ஆராய்ச்சி (Market Research). மார்க்கெட் ஆராய்ச்சி என்பதே தனியாக ஒரு புத்தகத்தில் எழுத வேண்டிய விஷயம் என்றாலும், அதில் ஒரு முக்கிய அங்கமான தகவல் சேகரிப்பு முறையை மட்டும் இப்பொழுது பார்ப்போம்.

Observational Research: வாடிக்கையாளரை வேடிக்கை பார்ப்பதே தகவல் சேகரிக்கும் முறைதான்! கடைகளில் நின்றவாறே அவர் எப்படி வாங்குகிறார், எந்தெந்தப் பொருள்களை பார்க்கின்றார்,

எதைக் கொண்டு தேர்ந்தெடுக்கிறார், காசு கொடுத்து வாங்குகிறாரா, க்ரெடிட் கார்டா, கடனில் வாங்குகிறாரா போன்றவற்றைக் கண்காணித்துத் தகவல் சேகரிக்க முடியும். சேகரிக்க வேண்டும்.

Focus Group Research: இவ்வகை ஆராய்ச்சியில் குறிப்பிட்ட பொருள் வகையின் வாடிக்கையாளர்கள் ஆறிலிருந்து பத்து பேர் தேர்ந்தெடுக்கப்பட்டு ஒரு பொது இடத்துக்கு அழைத்து வரப்படுகிறார்கள். அவர்கள் அனைவரும் அந்தப் பொருள் வகையைப் பற்றி தமக்குள்ளாகப் பேசுகின்றனர். Moderator ஒருவர் அவர்களிடம் அந்தப் பொருள் வகையைப் பற்றி, அவர்கள் எதற்காக அந்தப் பொருள்களை வாங்குகிறார்கள், எப்படித் தகவல் சேகரிக்கிறார்கள், போட்டியாளர் ப்ராண்ட்களைப் பற்றி என்ன நினைக்கிறார்கள், ஏதேனும் புகார்களோ யோசனைகளோ உண்டா போன்ற விஷயங்களைப் பற்றி அவர்களை பேச வைக்கிறார். இவ்வகை ஆராய்ச்சியின்மூலம் வாடிக்கையாளர் ஆழ்மனத்தில் உள்ள எண்ணங்களைக்கூட பெற முடிவதால் இந்த முறை பல மார்க்கெட்டர்களால் பெரிதும் பயன்படுத்தப்படுகிறது.

Survey Research: வாய் வார்த்தை மூலம் ஆராயும் முறை Focus Group என்றால், எழுத்துகளால் ஆன கேள்விகள் மூலம் ஆராயும் முறைதான் Survey Research. இதன் மூலம் வாடிக்கையாளர்களை அவர்கள் வீட்டுக்குச் சென்றோ, கடைத் தெருவில் நிறுத்தியோ எழுதி வைத்திருக்கும் கேள்வித்தாளைக் கொண்டு பதில்களைப் பெற முடியும்.

Behavioural Data: கடைகளிலோ, மற்ற இடங்களிலோ பொருள்களை வாங்கிச் செல்லும்பொழுது நம்மைப் பற்றிய பல விஷயங்களை விட்டுச் செல்கிறோம். எந்த பொருள் வகைகளை வாங்குகிறோம், எந்த ப்ராண்டை வாங்குகிறோம், என்ன மாடல், எந்த சைஸ், எவ்வளவு வாங்குகிறோம் போன்ற செய்திகளை விட்டுத்தானே செல்கிறோம் ஒவ்வொரு முறையும்?

Experimental Research: கண்ணால் காண்பதும் பொய், காதால் கேட்பதும் பொய், தீர ஆராய்வதே மெய் என்ற ஆதார சித்தாந்தத்தைக் கொண்டது இம்முறை. மிகவும் அறிவியல் பூர்வமான முறையும்கூட. ஓர் உதாரணம் கொண்டு இதைப் பார்ப்போம். ஒரு தயாரிப்பாளருக்குத் தன் புதிய ப்ராண்டை பத்து

ரூபாய்க்கு விற்பதா அல்லது பன்னிரண்டு ரூபாய்க்கு விற்பதா என்ற குழப்பம் என்று வைத்துக் கொள்வோம். அப்பொழுது அவர் ஒத்த வாடிக்கையாளர்களை கொண்ட இரு வேறு கடைகளில் அந்த ப்ராண்டை அடுக்கி ஒரு கடையில் பத்து ரூபாய்க்கும் அடுத்த கடையில் பன்னிரண்டு ரூபாய்க்கும் விற்க முயற்சி செய்யலாம். வாடிக்கையாளர் வரத்து இரு கடைகளும் ஒன்றாக இருந்து, விளம்பரம், விநியோகம் போன்றவையும் சமமாக இருக்கும் பட்சத்தில் பன்னிரண்டு ரூபாய்க்கு விற்ற கடையில் நிகழ்ந்த விற்பனை பத்து ரூபாய்க்கு விற்ற கடை அளவுக்கு இருந்தால் வாடிக்கையாளர் அதிக விலை கொடுத்து வாங்கத் தயங்கவில்லை என்பது நிதர்சனம்!

வகைப்படுத்தல், குறிவைத்தல், இடத்தைப் பிடித்தல்

'நஷ்டத்தால் உங்கள் தொழிலை மூட வேண்டி வந்தால் உங்களுக்காக யாராவது கண்ணீர் சிந்தப் போகிறார்களா என்ன?'

சந்தை என்பது பலதரப்பட்ட, பல வகையான வாடிக்கையாளர்களால் ஆன ஒரு சங்கமம். அவர்களின் தேவைகள், குணாதிசயங்கள், விநோதங்கள் போன்றவற்றைக் கொண்டு ஒரு பொருளின் மார்க்கெட்டைப் பல பிரிவுகளாக (Segments) பிரிக்கலாம். பிரிக்க வேண்டும்.

மோட்டார் சைக்கிள் மார்க்கெட் என்பது ஒரு பொருள் வகையைக் குறிக்கும் சந்தை என்று படுகிறதல்லவா. ஆனால் அந்த மார்க்கெட் பல பிரிவுகளை கொண்டது. வெவ்வேறு பிரிவுகளும் அப்பிரிவுகளில் உள்ள ப்ராண்ட்களையும் கீழே காணலாம்.

பிரிவு	ப்ராண்ட்கள்
வேகம்	யமஹா, ஃபியரோ
350cc சக்தி	புல்லட், பல்ஸர்
மைலேஜ்	ஸ்பெலன்டர்
செயல்பாடு	பேஷன் ப்ளஸ், விக்டர்
குறைந்த விலை	CD டான், ஸ்டார்

இதுபோல் இன்னும் அடுக்கிக் கொண்டே போகலாம். ஒரு மார்க்கெட் போல தோற்றமளித்தாலும் அதனுள் எத்தனை

பிரிவுகள், ஒவ்வொரு பிரிவிலும் பிரத்யேக குணாதிசயங்கள், வெவ்வேறு விதமான வாடிக்கையாளர்கள், வெவ்வேறு போட்டியாளர்கள், விதவிதமான ப்ராண்ட்கள்.

இது மார்க்கெட்டர்களுக்குச் சொல்லும் உண்மைகள் இரண்டு:

1. எல்லா பொருள் வகை மார்க்கெட்டுகளும் பல பிரிவுகள் கொண்டதாக இருக்கும்.
2. அதனால் ஒரு ப்ராண்டை வைத்துக் கொண்டு ஒரு மார்க்கெட்டில் உள்ள எல்லாவித வாடிக்கையாளர்களையும் திருப்திபடுத்த முடியாது.

ஆக, வெற்றிபெற விழையும் மார்க்கெட்டர் தான் போட்டியிட நினைக்கும் மார்க்கெட்டைத் தேர்ந்தெடுத்து அதில் உள்ள பிரிவுகளில் எந்தப் பிரிவைச் சேர்ந்த வாடிக்கையாளர்களைத் திருப்தி செய்ய முடியும் என்பதைக் கண்டறிந்து அதற்கேற்ப ஒரு ப்ராண்டை வடிவமைத்து விற்பனை செய்ய வேண்டும். இம்மூன்று அம்சங்கள் கொண்ட செயல்முறைக்கு ஆங்கிலத்தில் STP என்று அழைப்பர். அதாவது Segmentation, Targeting, Positioning. அதன் விரிவை பார்ப்போம்.

1. ஒரு மார்க்கெட்டில் உள்ள வெவ்வேறு பிரிவுகளையும் அப்பிரிவுகளில் உள்ள வாடிக்கையாளர்களையும் வகைப் படுத்துவது. இதுதான் Segmentation.
2. வகைப்படுத்தப்பட்ட பிரிவுகளிலிருந்து ஒன்று அல்லது இரண்டு பிரிவுகளைத் தேர்ந்தெடுத்து அந்தப்பிரிவுகளில் பொருள்களைச் செய்து விற்பனை செய்ய முடிவெடுப்பது. இதுதான் Targeting அதாவது குறிவைப்பது.
3. தேர்ந்தெடுத்த பிரிவுகளின் வாடிக்கையாளர்களைக் கவரும் வகையில் பொருள்கள் செய்து அப்பொருள்களின் பிரத்யேகப் பயன்களை அவர்கள் விரும்பும் வண்ணம் கூறி, அவர்கள் மனத்தில் இடம்பிடிப்பது, அதன் மூலம் விற்பனை செய்ய முயற்சி செய்வது. இதுதான் Positioning, இடம் பிடித்தல்.

வேட்டைக்கு செல்பவர்கள் ஓடும் மிருகங்களைத் தோராயமாகக் கண்டமேனிக்குத் துப்பாக்கியால் சுட்டு ஏதேனும் ஒரு மிருகமாவது மாட்டாதா என்று குருட்டு நம்பிக்கையோடு

வேட்டையாடலாம். அல்லது மிருக வகைகளைப் பிரித்து, ஒரே ஒரு மிருகத்தைத் தேர்ந்தெடுத்து, குறிவைத்துச் சுட்டும் வீழ்த்த லாம். வெற்றி வாய்ப்பு இரண்டாவது சொன்ன முறைக்குதான் என்பது சொல்லாமலேயே விளங்கும். அப்படிக் குறிவைத்து அடிப்பதுதான் STP. சுருங்கச் சொன்னால் '*நெத்தியடி!*'

STP செயல்முறையையும் அதன் முக்கிய அம்சங்களையும் ஆராய்ந்து அலசுவோம்.

Market Segmentation *(சந்தையை வகைப்படுத்தல்)*

மார்க்கெட் செக்மெண்ட் என்பது ஒரே விதமான தேவைகளும் குணாதிசயங்களும் கொண்ட ஒத்த வாடிக்கையாளர்களின் குழுமம். ஏறக்குறைய எல்லாப் பொருள் வகைகளிலும் வெவ் வேறு பிரிவுகள் இருக்கும். இருக்க வேண்டும். திறமையான மார்க்கெட்டர்களால் அவற்றை வகைப்படுத்த முடியும். வகைப்படுத்த வேண்டும். கீழே நாம் உபயோகிக்கும் பல பொருள்களும் அந்த மார்க்கெட்டில் உள்ள பல்வேறு பிரிவு களையும் காணலாம்.

சோப்	கார்கள்
அழகு தரும் சோப்	சிறிய கார்கள்
ஹெர்பல் சோப்	சொகுசுக் கார்கள்
கிருமி கொல்லும் சோப்	ஸ்டேஷன் வாகன்
புத்துணர்ச்சி தரும் சோப்	மத்திய தர கார்கள்
ஆண்களுக்கான சோப்	டீசல் கார்கள்
குழந்தைகளுக்கான சோப்	பெட்ரோல் கார்கள்
மலிவு விலை சோப்	எலக்ட்ரிக் கார்கள்
சருமப் பாதுகாப்பு சோப்	

மார்க்கெட்டர்கள் இப்பிரிவுகளை உருவாக்குவதில்லை. அவற்றை இனங்கண்டு கொள்ளவே வேண்டும். இதை மனத்தில் நிறுத்திக் கொள்வது அவசியம். ஒரு மார்க்கெட்டை எதைக் கொண்டு எப்படி வகைப்படுத்துவது என்பதைப் பார்ப்போம்.

Geographic Segmentation *(பூகோள முறைப்படி வகைப்படுத்தல்)*

இந்த வகைப்படுத்தல் முறைப்படி மார்க்கெட்டை நாடு களாகவோ, மாநிலங்களாகவோ, ஊர்களாகவோ, குறிப்பிட்ட

இடங்களாகவோ வகைப்படுத்தலாம். உதாரணமாக 'ஆவின்' தங்கள் மார்க்கெட் தமிழ்நாடு மட்டுமே என்று வகைப்படுத்தி உள்ளது. அதேபோல் சில மார்க்கெட்டர்கள் பல இடங்களில் பொருள்களை விற்பனை செய்தாலும் அந்தந்த இடங்களின் குணாதிசயங்களுக்கு ஏற்பவும் பொருளில் மாற்றங்கள் செய்தும் விற்பர். இதுவும் ஒரு வகை பூகோள முறையிலான வகைப் படுத்தல்தான். உதாரணமாக 'ருச்சி', 'ப்ரியா' போன்ற ஊறுகாய் ப்ராண்ட்கள் எல்லா மாநிலங்களிலும் விற்கப்படுகின்றன. ஆனால் 'கோங்குரா' வகை ஊறுகாய்களை அதிக அளவில் ஆந்திராவிலும், 'மாவடு' வகை ஊறுகாய்களைப் பெரும்பாலும் தமிழ்நாட்டிலும் விற்கிறார்கள். ஆந்திர, தமிழக வாடிக்கையாளர் களின் ரசனை மற்றும் அளவுக்கு ஏற்பப் பொருள்களைச் செய்து விற்கும் புத்திசாலித்தனமான முயற்சி இது.

Demographic Segmentation

இந்த முறையின்படி மார்க்கெட்டை வயது, குடும்பத்தில் உள்ளவர்களின் எண்ணிக்கை, ஆண்-பெண் மாறுபாடு, வேலை, படிப்பு, பொருளாதார நிலை போன்ற காரணிகள் கொண்டு வகைப்படுத்தலாம். இப்படி வகைப்படுத்துவது எளிதாக இருப்பதால் இந்த வகைப்படுத்தல் முறை மார்க்கெட்டர்களிடம் பிரபலமாகத் திகழ்கிறது.

வாடிக்கையாளர்களின் தேவைகள் வயதுக்கேற்ப மாறும் தன்மை கொண்டவை. சின்னக் குழந்தைகள் தொலைக்காட்சியில் 'கார்டூன் நெட்வொர்க்' சேனலையே விரும்பிப் பார்ப்பார்கள். அவர்கள் சற்றே வளர்ந்தபின் விடலைப் பருவத் தொடக்கத்தில் 'போகோ' சேனலை ரசிப்பார்கள். இன்னும் சற்று வளர்ந்து கல்லூரியில் சேரும்போது HBO-வே கதி என்று கிடப்பார்கள். வெவ்வேறு வயது, வெவ்வேறு விருப்பங்கள். அதனால் வெவ்வேறு சேனல்கள். ஆனால் அந்த மூன்று சேனல்களும் ஒரே நிறுவனத்தின் ப்ராண்ட்கள். 'டைம் வார்னர்' என்னும் அந்த நிறுவனம் வயதுக்கேற்ப மாறும் வாடிக்கையாளர்களின் போக்கை உணர்ந்து ஒவ்வொரு காலகட்டத்துக்கும் ஏற்றபடி சேனல்களை அளித்து வெற்றிபெற்று வருகின்றனர்.

சில வாடிக்கையாளர் தேவைகளை ஆண் பெண் வித்தியாசம் கொண்டும் வகைப்படுத்த முடியும். உடை, சருமப் பாதுகாப்பு, கூந்தல் பராமரிப்பு, காஸ்மெடிக்ஸ், பத்திரிகைகள் போன்ற

பொருள் வகைகளில் இந்த பேதங்களை தெளிவாகக் காணலாம். 'ஜூனியர் விகடன்' ஆண்கள் அதிகம் விரும்பிப் படிக்கும் பத்திரிகை; 'அவள் விகடன்' பெண்களின் சாய்ஸ். அதேபோல் 'குமுதம் ரிப்போர்ட்டர்' ஆண்கள் பக்கம்; 'சிநேகிதி' பெண் களின் விருப்பம். ஷாம்புக்களில் 'ஹெட் அண்ட் ஷோல்டர்ஸ்' அதிகம் ஆண்கள் உபயோகப்படுத்துவது; பெண்களுக்கு பிரியமானது 'சன்சில்க்'.

வாடிக்கையாளரின் ஊதியம் மற்றும் பொருளாதார நிலையைக் கொண்டு வகைப்படுத்தம் முறை பிரபலமாக உள்ளது. ஆனால் ஊதியம் மட்டுமே வாடிக்கையாளரின் வாங்கும் திறனையும், விருப்பங்களையும் சரியாகக் கணிக்கும் அளவுகோலாக இருப்ப தில்லை. உதாரணமாக, பொருள்களைக் குறைந்த விலையில் விற்கும் 'சுபிக்ஷா' கடைகளில் காரில் வந்து வாங்கும் பெண்களைக் காணலாம். அதேபோல் பணக்காரப் பெண் மணிகள் வாங்கும் இடம் என்று நினைக்கத் தோன்றும் 'ஃபுட் வேர்ல்ட்'டில் மத்தியவர்க்கப் பெண்கள் ஷாப்பிங் செய்வதையும் பார்க்க முடியும்.

Psychographic Segmentation *(உளவியல் வகைப்படுத்தல்)*

Psychographics என்பது வாடிக்கையாளர்களின் மனோதத்துவ குணாதிசயங்களை அறிய உதவும் கோட்பாடு. இந்த வகைப் படுத்தல் முறைப்படி வாடிக்கையாளர்களின் ஆளுமைத்தன்மை (Personality), வாழ்க்கைக் கோட்பாடுகள், விழுமியங்கள் (Values), வாழும் முறை (Lifestyle) ஆகியவற்றைக் கொண்டு வகைப் படுத்தலாம். ஒத்த வயதினராக இருந்தும் வாடிக்கையாளர்களின் உளவியல் தன்மைகளில் உள்ள வேறுபாடுகளை இனங்கண்டு கொண்டு அவர்களை இன்னமும் சிறப்பாக வகைப்படுத்த முடியும் என்பதால் Psychographic Segmentation மார்க்கெட்டர்களால் பெரிதும் பயன்படுத்தப்படுகிறது.

வாடிக்கையாளர்களின் ஆளுமைத்தன்மை வெவ்வேறு வகைப் படும். சிலர் பழைமைவாதிகளாக இருப்பார்கள்; சிலர் புதுமை விரும்பிகளாகத் திகழ்வார்கள்; சிலர் 'போதும் என்ற மனமே பொன் செய்யும் மருந்து' என்ற ரகத்தைச் சேர்ந்தவர்கள்; இன்னும் சிலரோ, 'உள்ளம் கேட்குமே மோர் (more)' ஜாதியைச் சேர்ந்தவர்கள். சிலர் 'குடும்பப் பிரியர்களாக' இருப்பர்; வேறு சிலரோ 'தனித் தீவுகள்' போல் தெரிவர். இவ்வகையில் மார்க்

கெட்டர்கள், வாடிக்கையாளர்களின் ஆளுமைத்தன்மை கொண்டு அவர்களை வகைப்படுத்த முடியும். பழைமைவாதிகள் பொதுவாக தங்கள் பணத்தை TVS, சுந்தரம் ஃபைனான்ஸ் போன்ற நிறுவனங்களில் வைப்புத் தொகையாக முதலீடு செய்யவே விரும்புவர். புதுமைவாதிகளோ ஷேர் மார்க்கெட், பரஸ்பர நிதி போன்றவற்றில் முதலீடு செய்வர்.

வாடிக்கையாளர்கள் வாழும் முறையும் (Lifestyle) வகைப்படுத்த உதவும் காரணியாகும். உதாரணமாக கார் வகைகளில் 'ஸ்டேஷன் வாகன்' என்கிற வகை கார்களை சமீப காலத்தில் ஏறக்குறைய எல்லா விலையுயர்ந்த கார் ப்ராண்ட்களும் அறிமுகப்படுத்தி இருக்கின்றன. இவ்வகை கார்களை வாங்கு பவர்கள் வார இறுதியிலும் விடுமுறை நாள்களிலும் குடும்பத் துடனும் நண்பர்களுடனும் மலைப் பிரதேசங்கள், பீச் ரிசார்ட் போன்ற சுற்றுலாத் தலங்களுக்குச் சென்று வர இவற்றையே பயன்படுத்துகின்றனர்.

Behavioural Segmentation

வாடிக்கையாளர்கள் பொருள் வகைகளை நோக்கும் முறை, வாங்கும் வகை, உபயோகிக்கும் விதம் முதலியவற்றைக் கொண்டும் மார்க்கெட்டை வகைப்படுத்தலாம். வெயிலில் அலைந்து வேலை செய்யும் சேல்ஸ்மென் போன்றவர்கள் தங்கள் தாகத்தைத் தீர்த்துக் கொள்ள மினரல் வாட்டர் பாட்டில் வாங்குவர். சாதாரணமாக மினரல் வாட்டர் ஒரு லிட்டர் பாட்டில்களில் கிடைத்தபோது அவை ஒருவர் குடிக்க அளவு சற்றே அதிகமாக இருந்தது. அதை உணர்ந்த மினரல் வாட்டர் கம்பெனிகள் 200ml பாட்டில்களை அறிமுகப்படுத்தினர். உபயோகிக்கும் அளவு மூலம் வகைப்படுத்த முயன்ற இந்த முயற்சி அந்த கம்பெனிகளுக்கு நல்ல பயனை அளித்தது.

பொருள்களை உபயோகிக்கும் தருணம் (Usage occasion) மூலமாக வும் மார்க்கெட்டை வகைப்படுத்தலாம். பேப்பர் படிக்கும் வழக்கம் மிகப் பரவலாக உள்ள தமிழ் வாசகர்களை காலை பேப்பர் படிப்பவர்கள், மாலை பேப்பர் படிப்பவர்கள் என்று வகைப்படுத்தலாம். பம்பாய் நகரில் மதியம் பேப்பர் படிப்ப வர்கள் என்று மூன்றாவதாக வகைப்படுத்தி 'மிட் டே', 'டைம்ஸ் மிர்ரர்' என்னும் நாளிதழ்கள் அறிமுகப்படுத்தப்பட்டு அவை சிறப்பாக விற்கப்பட்டு வருகின்றன.

இதேபோல் உபயோகிக்கும் அளவு மூலமாகவும் மார்க்கெட்டை வகைப்படுத்த முடியும். பியர் அருந்துபவர்களை அதிகம் அருந்துபவர், மிதமாக அருந்துபவர், குறைவாக அருந்துபவர் என்று வகைப்படுத்துவர், பியர் தயாரிக்கும் கம்பெனிகள். அதிகமாக பியர் அருந்துபவர்களுக்கு என அதிகம் 'கிக்' தராத, 'லைட்' பியர்களைத் தயாரித்து விற்பர். இதனால் அவர்கள் 'அதிக பியர்களை' குடிக்க முடிவதால் அந்த கம்பெனி பியர்களும் நல்ல விற்பனை ஆகின்றன.

மேற்கூறிய வகைப்படுத்தல் முறைப்படி மார்க்கெட்டர், தான் இயங்க விழையும் மார்க்கெட்டை வகைப்படுத்துகிறார். அதை முடித்தபிறகு STP-யின் இரண்டாவது படியான குறிவைத்தல் அதாவது Targeting செய்ய முயற்சி மேற்கொள்ள வேண்டும்.

குறிவைத்தல் (Market Targeting)

மார்க்கெட்டை வகைப்படுத்திய பிறகு மார்க்கெட்டர் எந்தப் பிரிவை குறிவைத்து பொருள்களைத் தயாரிப்பது என்று முடிவு செய்ய வேண்டும். இதற்கு மார்க்கெட் டார்கெட்டிங் (Market Targeting) என்று பெயர். இதைச் செவ்வனே செய்ய எந்த மார்க்கெட் பிரிவு குறிவைக்கத்தக்கது, எந்தப் பிரிவு லாபம் ஈட்டக்கூடியதாக இருக்கும் என்று ஆராய்ந்து அறிவது அவசியம்.

மார்க்கெட் பிரிவுகளை அலசப் பயன்படும் அளவுகோல்கள் பல. அவற்றுள் முக்கியமானவை:

1. மார்க்கெட் பிரிவுகள் குறிப்பானதாக இருத்தல் அவசியம். (Specific)
2. மார்க்கெட் பிரிவு அளக்கப்படக் கூடியதாக இருக்க வேண்டும். (Measurable)
3. அவை லாபகரமானதாக இருப்பது மிகவும் முக்கியம். வகைப்படுத்தப்படும் பிரிவு மிக அதிக எண்ணிக்கையிலான வாடிக்கையாளர்களைக் கொண்டிருக்க வேண்டும் என்பதில்லை. ஆனால் அந்தப் பிரிவில் உள்ள வாடிக்கையாளர்கள் தேவையான வாங்கும் சக்தியுடன் இருப்பது அவசியம்.
4. வகைப்படுத்தப்படும் பிரிவுகள் ஒன்றுக்கொன்று வித்தியாசமாக இருத்தல் வேண்டும். உதாரணமாக, திருமணமான

பிறகும் ஒரு பொருளை வாங்குவதில் வித்தியாசம் இல்லை யெனில் அந்தப் பிரிவை திருமணம் ஆன பெண்கள், திருமணம் ஆகாத பெண்கள் என்று வகைப்படுத்த முயற்சி செய்வது அறிவீனம்.

மேலும் மார்க்கெட் பிரிவுகளைப் பரிசீலிக்கும்போது மார்க் கெட்டர் முக்கியமாக கவனிக்க வேண்டியது: குறிப்பிட்ட பிரிவில் விற்பனைக்கான வாய்ப்பு (Potential) மற்றும் தங்கள் கம்பெனியின் கொள்கைகள். சில சமயம் மார்க்கெட் பிரிவு லாபகரமானதாகத் தோன்றினாலும் கம்பெனியின் கொள்கை களுக்கு ஏற்றவாறு இல்லாமல் இருக்கலாம். பேன் கொல்லி ஷாம்பு (Anti-lice Shampoo) 'மெடிக்கெர்' லாபம் ஈட்டும் ப்ராண்டாக இருந்தபோதும் அதன் உரிமையாளரான ப்ராக்டர் அண்ட் காம்பிள் அந்த ப்ராண்டை 'மேரிகோ' என்கிற இன்னொரு கம்பெனிக்கு விற்றுவிட்டது. பேன் கொல்லி ஷாம்பு பிரிவு, தங்களுடைய சலவை சோப்பு, ஜலதோஷ நிவாரணம் போன்ற பிரிவுகள்போலப் பெரியதாக இல்லாதது அதற்குக் காரணம்.

ஒன்று அல்லது இரண்டு மார்க்கெட் பிரிவைத் தேர்ந்தெடுத்தபின் அந்தப் பிரிவுகளில் உள்ள வாடிக்கையாளர்களின் தேவைகள், குணாதிசயங்களுக்கு ஏற்பப் பொருள்களை செய்து விற்க முனையவேண்டும். அந்தப் பொருள்களை வாடிக்கையாளர்கள் கவரும் வண்ணம் செய்யத் தேவையானது Positioning - இடம் பிடித்தல்.

இடம் பிடித்தல் (Brand Positioning)

ஒரு வகுப்பில் ஒரே பெயருடைய பல மாணவர்கள் இருந்து ஆசிரியர் அப்பெயர் உடைய மாணவனை கூப்பிட்டால், என்ன ஆகும்? வகுப்பில் கூச்சலும் குழப்பமும்தான் மிஞ்சும். அதே போல் ஒரே பொருள் வகையில் ஒரே மாதிரி உள்ள பல ப்ராண்ட்கள் கடையில் இருந்தால், வாடிக்கையாளர்கள் தேர்ந் தெடுத்து எடுத்துச் செல்வது முடியாதது ஆகிவிடும். இங்கும் கூச்சலும் குழப்பமும் தான் மிஞ்சும். இந்தக் குழப்பத்தைப் போக்கி ஒவ்வொரு பொருளுக்கும் அதற்கே உரிய அர்த்தத்தைக் கொடுத்து கடையில் தனித்துத் தெரிய, இடம் பிடிக்க, வாடிக்கையாளர்கள் விரும்பி வாங்கச் செய்யத் தேவை Positioning.

பொசிஷனிங் என்பது ஒரு பொருளைப் பற்றிய ஓர் அழுத்தமான அர்த்தத்தை வாடிக்கையாளர் மனத்தில் புரிய வைப்பது.

'நல்லி' என்றால் பாரம்பரியமிக்க பட்டுப் புடைவைகள்.

'தி ஹிண்டு' என்றால் நம்பகத்தகுந்த ஆங்கில நாளிதழ்.

'லக்ஸ்' என்றால் சினிமா நடிகை போன்ற அழகு தரும் சோப்.

'கோல்கேட்' என்றால் பாதுகாப்பு தரும் டூத்பேஸ்ட்.

'சரவண பவன்' என்றால் நல்ல தரமான, சுவையான ஹோட்டல்.

மேலே குறிப்பிடப்பட்டிருக்கும் ப்ராண்ட்கள் தங்கள் பொருள் பிரிவில் தனித்தன்மையுடன் விளங்குபவை. வாடிக்கையாளர் மனத்தில் ஆழமாக பதிந்திருப்பவை. மார்க்கெட்டில் தொடர்ந்து வெற்றி பெற்று வருபவை. இந்த ப்ராண்ட்களின் தனித்துவத் துக்கு, வெற்றிக்குக் காரணம் அவற்றின் தெளிவான பொசிஷனிங்.

ஓர் இல்லத்தரசியிடம் சென்று 'பாரம்பரியமிக்க பட்டு' என்று கூறினால் அவர் 'நல்லி' என்று சட்டென்று கூறுவார். அதுதான் நல்லி அவர் மனத்தில் பதிய வைத்திருக்கும் ஆழமான எண்ணம். ஆணித்தரமான இடம். மார்க்கெட்டில் வெற்றிபெறும் ஒவ் வொரு ப்ராண்டும் ஆழமான பொசிஷனிங்கைப் பெற்றிருக்கும்.

பொசிஷனிங் என்பது ஒரு ப்ராண்டைப் பற்றி வாடிக்கையாளர் நினைத்திருக்கும் ஓர் எண்ணம்; ஒரே எண்ணம். 'கோல்கேட்' டூத்பேஸ்ட் எத்தனையோ பயன்களைத் தரலாம்; எத்தனையோ வகைகளில் வரலாம். ஆனால் வாடிக்கையாளர் மனத்தில் 'கோல்கேட்' என்றால் பாதுகாப்பு. ஒரே பொருள்! 'ஒருவனுக்கு ஒருத்தி' என்கிற தத்துவம் எதற்குப் பொருந்துகிறதோ இல்லையோ, பொசிஷனிங்குக்கு சத்தியமாக பொருந்தக் கூடியது. அதாவது 'ஒரு பொருளுக்கு ஒரு பொசிஷனிங்!'

பொசிஷனிங்கின் அவசியத்தை வேறு விதமாகப் பார்ப்போம். டூத்பேஸ்ட் வாங்கக் கடைக்குச் செல்லும் குடும்பத் தலைவி எந்த டூத்பேஸ்ட் ப்ராண்ட்டை வாங்குவார்? விடை சொல்வது வெகு சுலபம்.

'குடும்பத்தைப் பாதுகாக்கும்' டூத்பேஸ்ட் வேண்டும் என்று நினைத்தால் 'கோல்கேட்' வாங்குவார். 'புத்துணர்ச்சி வாசம்'

வேண்டும் என்றால் 'க்ளோஸ் அப்', 'கிருமிகளிடமிருந்து விடுதலை' வேண்டினால் 'பெப்ஸோடண்ட்'. ஆக, டூத்பேஸ்ட் என்று பார்த்தால் எல்லா டூத்பேஸ்ட்டும் ஒன்றுபோல் தெரிந்தாலும், நம் தேவைக்கேற்ப ஒன்றுக்கு ஒன்று மாறுபடும். மாறுபட வேண்டும். அப்பொழுது வாடிக்கையாளர்கள் தேர்வு செய்யவும் எளிதாக இருக்கும்.

சுருங்கச் சொன்னால், ஒரு பொருளை ப்ராண்ட் ஆக்கி அந்த ப்ராண்டை வாடிக்கையாளர் மனத்தில் பசுமரத்தாணிபோல் பதியச் செய்யத் தேவை பொசிஷனிங். உங்கள் ப்ராண்டின் பொசிஷனிங்கை சரியாக அமைத்துவிட்டால், உங்கள் வெற்றி 90% உறுதியாகிவிட்டது என்றே சொல்லலாம். உங்கள் ப்ராண்டின் பொசிஷனிங் பலவீனமாக அமைந்துவிட்டால் வாடிக்கையாளர் மனத்தில் பதியவே பதியாது. அதன்பின் நீங்கள் தலைகீழாக நின்று மார்க்கெட்டிங் செய்ய முற்பட்டாலும் தோல்வி நிச்சயம்.

பொசிஷனிங் சரியில்லாமல் தோல்வி கண்ட ப்ராண்ட்கள் எக்கச்சக்கம் மார்க்கெட்டிங் உலகில். 'அக்வா ஃப்ரஷ்' என்கிற டூத்பேஸ்ட் நினைவிருக்கிறதா? இருக்காது. அது உங்கள் நினைவில் இன்னமும் இருந்தால்தான் ஆச்சரியம். ஏனெனில், தெளிவான பொசிஷனிங் உள்ள ப்ராண்ட்கள் நிறைந்த டூத்பேஸ்ட் மார்க்கெட்டில் 'அக்வா ஃப்ரஷ்', 'மூன்று வண்ணங்கள் கொண்ட டூத்பேஸ்ட்' என்று கூறி விளம்பரப்படுத்தப்பட்டது. கலரைப் பார்த்து வாங்க டூத்பேஸ்ட் என்ன பட்டுப் புடைவையா? பலவீனமான பொசிஷனிங் கொண்டு கோடிக்கணக்கான ரூபாய் விளம்பரம் இருந்தும் வாடிக்கையாளர் மனத்தில் இடம் பிடிக்க முடியாமல் காணாமல் போனது.

'அக்வா ஃப்ரஷ்'ஷின் தோல்வி நமக்கு உணர்த்தும் இன்னொரு முக்கியமான பாடம்: பொசிஷனிங் என்பது வாடிக்கையாளருக்குப் பயன் உள்ளதாக இருத்தல் வேண்டும். அவர் கஷ்டத்தைப் போக்க வல்லதாக இருக்கலாம்; அவர் வாழ்க்கையை மேம்படுத்த வல்லதாக இருக்கலாம்; அவர் வெற்றி பெற உதவுவதாக இருக்கலாம்; இல்லை அவரைத் துன்பத்தில் இருந்து மீட்பதாக இருக்கலாம்.

பொசிஷனிங் இல்லையேல் ப்ராண்ட் இல்லை. ப்ராண்ட் இல்லையேல் வெற்றி இல்லை. உங்கள் ப்ராண்டின் பொசிஷனிங் சரியாக அமைந்துவிட்டால் தீர்ந்தது கவலை. எத்தனை போட்டியாளர் வந்தாலும் உங்கள் ப்ராண்ட் தனியாகத் தெரியும்.

என்னதான் கூட்ட நெரிசலில் சிக்கிப் பெரும் கூச்சலுக்கு மத்தியில் நாம் தெருவில் நடந்து சென்றாலும், நம் பெயரை யாரேனும் ஈனஸ்வரத்தில் உச்சரித்தால் போதும். டக்கென்று குரல் வந்த திசை நோக்கித் திரும்புவோம். அதேபோல்தான் எத்தனை போட்டியாளர் இருந்தாலும் வாடிக்கையாளருக்கு நன்றாக பொசிஷனிங் அமையப் பெற்ற ப்ராண்ட் பளிச்சென்று தெரியும். ஆரோக்கியமான பளபளக்கும் கூந்தல் வேண்டும் என்று வாடிக்கையாளர் நினைத்தால் நூற்றுக்கணக்கான ஷாம்புகள் இருந்தாலும் அவர் தேடிச் சென்று 'க்ளினிக் ப்ளஸ்ஸை'யே தேர்ந்தெடுப்பார், அதுதான் பொசிஷனிங்!

முதல் காதல். முதல் முத்தம். முதல் ப்ராண்ட்!

வாடிக்கையாளர் மனத்தில் எளிதாக நுழைந்து பொசிஷனிங் விளையாட்டில் வெற்றிபெற சுலபமான வழி முதல் ப்ராண்டாக அமைவதுதான் என்கிறார்கள் ஆல் ரீஸ் (Al Ries) மற்றும் ஜாக் ட்ரவுட் (Jack Trout) என்னும் மார்க்கெட்டிங் விற்பன்னர்கள். போட்டியிடும் பொருள் வகையில் முதல் ப்ராண்டாக நுழைவதன் பயனை, அவசியத்தை அழகாக விளக்குகிறார்கள் இவர்கள்.

ஒரு சிறிய விளையாட்டு விளையாடுவோம் வாருங்கள்.

முதன்முதலில் சந்திர மண்டலத்தில் கால் பதித்தது யார் என்று கூறுங்கள்.

'நீல் ஆம்ஸ்ட்ராங்!'

சரி, இரண்டாவதாகக் கால் பதித்தவர் யார்?

??? தெரியவில்லை இல்லையா.

உலகத்திலேயே உயரமான மலையுச்சி எது?

'மவுண்ட் எவரெஸ்ட்!'

பலே, இரண்டாவது உயரமான மலை எது?

...வந்து ...வந்து இழுக்காதீர்கள். உங்களுக்குத் தெரியவில்லை.

போகட்டும். சுதந்தர இந்தியாவின் இரண்டாவது பிரதம மந்திரி யார்?

'... இது ... நம்ம... ரவி சாஸ்திரியா?'

நாசமாப் போச்சு! ரவி சாஸ்திரி கிரிக்கெட் பிளேயர். இதுவும் உங்களுக்கு தெரியவில்லை.

‘முதலாவதை’ தெரிந்த நமக்கு ‘இரண்டாவது’ மற்றும் அதற்கு அடுத்து இருப்பது தெரிவதில்லை. பொசிஷனிங்கின் ஆதார தத்துவமே இதுதான். வாடிக்கையாளர் மனத்தில் முதலில் நுழையும் ப்ராண்ட் வெற்றி பெறுகிறது. அதற்குப் பிறகு வரும் ப்ராண்ட்களை வாடிக்கையாளர் நினைப்பதுகூட இல்லை.

‘ஜெராக்ஸ்’, ‘ஃபேர் அண்ட் லவ்லி’, ‘கோல்கேட்’, ‘சன் டி.வி.’ போன்றவை மனத்தில் முதலில் நுழைந்த ப்ராண்ட்கள். இன்றும் முதன்மையாக விளங்கும் ப்ராண்ட்கள்!

முதன் முதலில் அறிமுகப்படுத்தப்பட்ட சீயக்காய் ஷாம்பு எது என்று கேட்டால் பலரும் ‘மீரா’ என்று பதில் அளிப்பீர்கள். ஆனால் முதலில் வந்தது மீரா அல்ல; ‘விப்ரோ’ என்கிற ப்ராண்ட். அப்படி என்றால் இரண்டாவது வந்த ‘மீரா’ எப்படி வெற்றி பெற்றது? விப்ரோ மார்க்கெட்டுக்குதான் முதலில் வந்ததே ஒழிய மனத்துக்குள் அல்ல. இரண்டாவதாக மார்க்கெட்டுக்குள் வந்தாலும் அதிக விளம்பரங்கள், திறந்த அம்சங்கள், அழகிய பேக்கிங் என்று அமைத்துக் கொண்டு மீரா முதலாவதாக வாடிக்கையாளர் மனத்தில் நுழைந்தது. வென்றது! இது நமக்கு உணர்த்தும் பாடம்: வெற்றி பெற முதலில் வரவேண்டும். மார்க்கெட்டுக்குள் மட்டும் அல்ல, வாடிக்கையாளர் மனத்திலும்!

அப்படி என்றால் இரண்டாவதாக, மூன்றாவதாக அறிமுகமாகும் ப்ராண்ட்களுக்கு சான்ஸே இல்லையே? இருக்கிறது. லேட்டாக வந்தாலும் முதலாவதாக வருவது! புரியவில்லையா? ஓர் உதாரணம் கொண்டு பார்ப்போம். இன்று சருமத்துக்குச் சிகப்பழகு தரும் க்ரீம்கள் எக்கச்சக்கம் உண்டு. ‘ஃபேர் அண்ட் லவ்லி’, ‘ஃபேர்எவர்’, ‘ஃபேர்க்ளோ’ என்று பல ப்ராண்ட்கள் உண்டு. இந்தக் கூட்ட நெரிசலில் முதலாக வரமுடியுமா? முடியும். இமாமி கம்பெனி அறிமுகப்படுத்திய ‘ஃபேர் அண்ட் ஹேண்ட்சம்’ போல. மற்ற சிகப்பழகு ப்ராண்ட்கள் அனைத்தும் பெண்களைக் குறி வைத்தன. ஆனால் ஃபேர் அண்ட் ஹேண்ட்சமோ ஆண்களுக் காகப் பிரத்யேகமாகத் தயாரிக்கப்பட்டது. அந்த வகையில் அது முதலாவது ப்ராண்ட்தானே? சூப்பர் ஸ்டார் ரஜினிகாந்த் பாஷையில் சொல்ல வேண்டும் என்றால், ‘லேட்டாக வந்தாலும் லேட்டஸ்டாக வருவது!’

ப்ராண்டிங்

"Don't advertise the brand, live it"

'ப்ராண்ட்' (Brand) என்கிற வார்த்தையை நாம் இதுவரை பலமுறை பார்த்துவிட்டோம். 'ப்ராண்ட்' என்றால் என்ன? 'ப்ராண்ட்' என்ற ஒன்று எதற்கு? ப்ராண்ட் என்றாலும் பொருள் என்றாலும் ஒன்றா? இல்லையெனில் அவற்றுக்கு இடையில் ஆறு வித்தியாசங்கள் உண்டா? இந்தக் கேள்விகளுக்கும் இன்னபிற கேள்விகளுக்கும் இப்பொழுது விடை தேடலாம்.

மார்க்கெட்டரின் திறமைக்குச் சான்றுதான் அவர் உருவாக்கி, பராமரித்து பாதுகாத்து வரும் ப்ராண்ட். இன்னும் சொல்லப் போனால் மார்க்கெட்டிங்கின் குறிக்கோளே வெற்றிகரமான, காலம்காலமாக நிலைத்து நிற்கக்கூடிய 'ப்ராண்ட்களை' உருவாக்குவதுதான்.

ப்ராண்டும் பொருளும் ஒன்றுபோல் தோன்றினாலும், அவை வெவ்வேறு இனத்தைச் சேர்ந்தவை. மார்க்கெட்டிங் இலக் கணத்தில் 'பொருள்' என்பது ஒரு வகையை குறிக்கும் சொல். 'ப்ராண்ட்' என்பது நல்ல பொசிஷனிங் அமையப் பெற்று தனித்துவம் வாய்ந்து இருப்பது. உதாரணமாக, டூத்பேஸ்ட் என்பது பொருள்; 'கோல்கேட்', 'பெப்சோடண்ட்' போன்றவை ப்ராண்ட்கள்.

'ப்ராண்ட் என்பது ஒரு விற்பனையாளரின் பொருளையோ சேவையையோ இனங்கண்டு கொள்ளச் செய்து அப்பொரு ளையோ சேவையையோ மற்ற போட்டியாளர்களிடமிருந்து

தனித்துப் பிரித்துக் காட்ட உதவும் பெயரோ, குறியீடோ, சின்னமோ, வடிவமைப்போ அல்லது இவற்றின் கலவையோ ஆகும்' என்று அமெரிக்க மார்க்கெட்டிங் அசோசியேஷன் என்னும் அமைப்பு கூறுகிறது. இந்தக் கூற்றில் உள்ள முக்கியமான அம்சங்களையும் அதன் முக்கியத்துவத்தையும் பார்ப்போம்.

1. ப்ராண்ட் என்பது ஒரு பொருளிலிருந்து மற்றொரு பொருளை வித்தியாசப்படுத்திக் காட்ட வல்லது.
2. இந்த வித்தியாசங்கள் அப்பொருள்களின் செயல்பாட்டை பொருத்த விஷயமாகும்.
3. விற்கும் நிறுவனங்கள் எவ்வளவு பெரியவையாக இருந்தாலும் அவர்கள் விற்கும் பொருள்களை மற்ற போட்டியாளர்களிடமிருந்து பிரித்துத் தனித்துக் காட்ட 'ப்ராண்ட்' தேவை.
4. ப்ராண்ட் என்பது பெயராகத்தான் இருக்க வேண்டும் என்ற அவசியமில்லை.

ப்ராண்ட்கள் சக்தி வாய்ந்தவை; கம்பெனிகளுக்கு லாபம் ஈட்டித் தருபவை. பலர் நினைத்துள்ளதுபடி கம்பெனிகளுக்குப் பெரிய சக்தி ஒன்றும் கிடையாது. தங்களிடம் உள்ள ப்ராண்ட்களாலேயே அவை சக்தியை பெறுகின்றன. 'கவின்கேர்' நிறுவனம் சக்தி பெற்றதுபோல் தோற்றமளித்தாலும், அது அந்தச் சக்தியைத் தான் விற்கும் ப்ராண்ட்களான 'சிக்' ஷாம்பு, 'மீரா', 'ஃபேர் எவர்', 'ஸ்பின்ஸ்' பவுடர், 'நைல்' ஷாம்பு முதலியவற்றின் வெற்றியிலிருந்து பெறுகிறது. இந்த ப்ராண்ட்களை விற்றுவிட்டாலோ அல்லது மூடிவிட்டாலே கவின்கேர் நிறுவனத்துக்கு ஏது தனியாக சக்தி?

மார்க்கெட்டில் நடக்கும் போட்டிச் சண்டைகள் நிறுவனங்களுக்குள் நடப்பதில்லை; ப்ராண்ட்களுக்குள் நடக்கின்றன. ஏனெனில், வாடிக்கையாளர்கள் வாங்குவது ப்ராண்டை, கம்பெனியை அல்ல!

ப்ராண்ட் என்றால் என்ன என்று பார்த்தோம். 'ப்ராண்டின் பயன்கள் என்னென்ன என்று பட்டியலிடுவோம்.

1. ப்ராண்ட், பொருளின் தரத்துக்கு உத்தரவாதம் அளிக்கக் கூடியது.

2. ப்ராண்ட் நமக்கு ஆசுவாசம் தருகிறது (provides reassurance). நாம் லக்னோவுக்கோ, அலஹாபாத்துக்கோ போகிறோம் என்று வைத்துக் கொள்வோம். சாப்பிடும் நேரம் வருகிறது, எங்கு சாப்பிடுவது என்று தெரியாமல் முழிக்கிறோம். ரோட்டில் தேடிக் கொண்டே போகும்போது 'உடுப்பி ஹோட்டல்' என்று போர்டை பார்த்துவிட்டால், தடுக்கி விழுந்தாலும் பரவா யில்லை என்று கண்ணை மூடிக் கொண்டு உள்ளே செல் கிறோம். அது நமக்கு பரிச்சயமான பெயர் என்பதால் மட்டுமே அல்ல. அங்கு என்ன கிடைக்கும், எப்படி இருக்கும் என்று அந்த ப்ராண்ட் பெயர் நமக்கு உணர்த்துவதால்.

3. வியாபாரத்தின் வெற்றிக்கு வித்திடுவது மீண்டும் மீண்டும் வந்து வாங்கும் வாடிக்கையாளர்கள். இதற்கு Brand loyalty என்று பெயர். அந்த brand loyalty-க்கு ஆதாரமே ப்ராண்ட் தானே!

4. ப்ராண்ட்தான் ஒரு கம்பெனியின் மிகப்பெரிய சொத்து. ஒரு கம்பெனி இன்னொரு கம்பெனியை 500 கோடி ரூபாய்க்கு வாங்கியது என்றால் என்ன அர்த்தம்? வாங்கப்பட்ட கம்பெனியின் ப்ராண்ட்கள் 500 கோடி ரூபாய் பெறுமான முள்ளவை என்று அர்த்தம்.

ப்ராண்ட் என்றால் என்ன, அதன் பயன்கள் என்னென்ன என்று பார்த்தோம். ப்ராண்ட் என்பதின் மற்றுமொரு முக்கிய அம்சம் 'ப்ராண்டிங்' என்பது (Branding). ஒரு பொருளையோ சேவை யையோ ப்ராண்டாக மாற்றி, அவை வாடிக்கையாளர் மனத்தில் நின்று நிலைத்திருக்க, அவர்களை மீண்டும் மீண்டும் வாங்கச் செய்யத் தேவையான சக்தியை கொடுக்கும் செயல்களுக்கு 'ப்ராண்டிங்' என்று பெயர். ப்ராண்டிங் வாடிக்கையாளர்களின் மூன்று முக்கிய கேள்விகளுக்கு விடை அளிக்கிறது.

1. ப்ராண்ட் குறிக்கும் பொருள் 'எது'?
2. அப்பொருள் 'என்ன' செய்யும்; 'எப்படி' செயல்படும்?
3. நான் 'ஏன்' இதை வாங்க வேண்டும்?

ப்ராண்டிங்கின் முக்கியமான அம்சமான பொசிஷனிங், வாடிக்கை யாளரின் 'ஏன் வாங்க வேண்டும்' என்று கேள்விக்கு பதிலாக அமை கிறது. இதைத்தான் நாம் போன அத்தியாயத்தில் பார்த்தோம். மற்ற கேள்விகளுக்கு 'ப்ராண்டிங்' எப்படி பதில் அளிக்கிறது என்பதை

'ப்ராண்டிங்கின்' மற்ற முக்கிய அங்கங்களான Brand Name, Logo, Slogan, Personality ஆகியவைவயை பார்ப்போம்.

***ப்ராண்ட் பெயர்* (Brand Name)**

ப்ராண்ட் என்பது எந்தப் பொருள் வகையை குறிக்கிறது என்பது வாடிக்கையாளர்களுக்கு தெள்ளத்தெளிவாக சொல்லப்பட வேண்டும். இதைத் திறம்படச் செய்வது ஒரு நல்ல பொருத்தமான 'ப்ராண்ட் பெயர்' ஆகும். வாடிக்கையாளர்களுக்கும் பொருளுக்கும் உள்ள முதல் தொடர்பே 'ப்ராண்டின் பெயர்'தான். பெயரை முதலில் கேட்டபிறகுதான் பொருளைப் பற்றியும், தரத்தைப் பற்றியும், நிறுவனத்தையும் பற்றி தெரிந்து கொள்கிறார்.

'ப்ராண்ட் பெயர் என்பது வாடிக்கையாளர் மனத்தைத் திறந்து உங்கள் பொருளைப் பற்றி, பொசிஷனிங்கைப் பற்றி அவருக்கு கூறி மனத்தில் நிறுத்த உதவும் மந்திரச் சாவி.'

ப்ராண்ட் பெயர் எப்படி இருக்க வேண்டும், என்னென்ன அம்சங்கள் கொண்டிருக்க வேண்டும் என்று பட்டியலிடுவோம்.

1. ப்ராண்டின் பெயர் சொல்வதற்கு எளிதாக இருத்தல் அவசியம். 'போத்தீஸ்', 'சோனி' போன்ற ப்ராண்டின் பெயர்களுக்கு என்ன அர்த்தம் என்று தெரியாவிட்டாலும், அவை சொல்வதற்கும், எழுதுவதற்கும் எளிதாக இருப்பதைக் கவனியுங்கள்.

2. ப்ராண்ட் பெயர் பொருளின் பயனைக் குறிப்பவையாக இருத்தல் நலம். சிகப்பழகு தரும் க்ரீமுக்கு 'Fair & Lovely' என்று பெயர் வைப்பதன் மூலம் அதற்கு வரும் சக்தியைப் பாருங்கள்.

3. ப்ராண்ட் பெயர் பொருளின் தன்மையையோ, ஒரு முக்கியமான அம்சத்தையோ குறிப்பவையாகவும் இருக்கலாம். 'ஆவின்' என்பது 'பசு மாட்டின்' என்று பொருள்பட, பாலின் தன்மையை வெளிப்படுத்துவதாக அமைந்திருக்கிறது.

4. பல ஊர்களில், பல மொழிகளில் பொருளை விற்க வேண்டி வந்தால், மற்ற மொழிகளிலும் ப்ராண்ட் பெயர் எப்படி அமைகிறது. எப்படிப் பொருந்துகிறது என்று முதலிலேயே சரி பார்த்துக் கொள்வது அவசியம். 'ஹீரோ' நிறுவனம் 1980-களில் 'ஹீரோ புக்' என்னும் டூ-வீலரை அறிமுகப் படுத்தியது. 'புக்' என்றால் அந்த கம்பெனியின் அகராதியில் என்ன அர்த்தமோ என்னவோ, தெலுங்கில் அது படு

மோசமான அர்த்தம் கொண்டது என்று அறிய மறந்தது அந்நிறுவனம். விளைவு, ஆந்திரப் பிரதேச மாநிலத்தில் படுதோல்வி அடைந்தது அந்த ப்ராண்ட். 'புக்' என்றால் என்ன அர்த்தம் என்று தெலுங்கு தெரிந்த நண்பர்களிடம் கேட்டுத் தெரிந்து கொள்ளுங்கள். தப்பித் தவறிக்கூட பெண்களிடம் கேட்டுத் தொலைக்காதீர்கள்.

5. ப்ராண்ட் பெயர் ஒரு வரையறுக்கப்பட்ட இடத்தை குறிப் பவையாக இருப்பதைத் தவிர்க்க முயற்சி செய்யுங்கள். அந்த வரையறுக்கப்பட்ட இடத்தைத் தாண்டி உங்கள் வியா பாரத்தை விரிவாக்க நினைக்கும்போது ப்ராண்ட் பெயர் இடர்படும். 'அடையார் ஆனந்த பவன்' என்ற பெயர் அடையாரில் சிறியதாகத் தொடங்கப்பட்ட ஸ்வீட் கடைக்குப் பொருத்தமானதாக இருந்தது. ஆனால் வியாபாரம் வளர்ந்து விரிவாக்கப்படும்போது அப்பெயர் இடைஞ்சலாகவே அமைகிறது. அடையாரில் 'அடையார் ஆனந்த பவன்' சரி; அண்ணா நகரில் 'அடையார் ஆனந்த பவன்' என்பது சற்று நெருடுவதாக தோன்றவில்லை?

6. ப்ராண்ட் பெயர் பதிவு செய்யப்படக் கூடியதாக (Trademark Registration) இருப்பது பயன் அளிக்கும். சில மார்க்கெட்டர்கள் சமயோஜிதமாக, தங்கள் ப்ராண்ட் பெயரை ஆங்கிலத்தில் பொருள் வகையைக் குறிக்கும் வகையில் வார்த்தைகளைச் சற்றே திரித்து வடிவமைப்பர். உதாரணமாக கால் வெடிப்பு களை (Crack) குணப்படுத்தும் பொருளுக்கு 'Krack' என்று பெயர் வைத்த பரஸ் ஃபார்மசூட்டிக்ஸ் என்கிற நிறுவனம்.

7. ப்ராண்ட் பெயரை அழகானதா, அழகில்லாததா என்று பார்க் காமல் பொருளுக்குப் பொருத்தமானதா என்று அலசி ஆராய்வது அவசியம். 'ஹெட் அண்ட் ஷோல்டர்ஸ்' என்பது அப்படி ஒன்றும் அழகான பெயர் இல்லைதான். ஆனால் பொடுகு போக்கும் ஷாம்புவுக்குப் பொருத்தமான பெயர். பொடுகு என்பதே தலையிலும் தோள்களிலும் விழுவது தானே. அதை போக்கும் ஷாம்புவுக்கு அந்தப் பெயர் பொருத்தமானதுதானே!

ப்ராண்ட் ஆளுமை (Brand Personality)

'ப்ராண்டிங்கின்' மற்றொரு முக்கியமான அங்கம், ப்ராண்ட் ஆளுமை. நமக்குத் தெரிந்த நண்பர்கள் ஒவ்வொருவருக்கும் ஓர்

ஆளுமைத் தன்மை இருப்பதைப் பார்க்கிறோம். சிலர் கடின உழைப்பாளிகளாக இருப்பார்கள்; சிலர் உண்மை விளம்பிகளாக வாழ்வார்கள். சிலர் நகைச்சுவை உணர்வு மிக்கவர்களாகத் திகழ் வார்கள். அதேபோல்தான் ப்ராண்ட்களுக்கும் ஆளுமை இருக் கும். இருக்க வேண்டும். என்னதான் நம் நண்பர்களின் பெயர்கள் கொண்டு அழைத்தாலும் அவர்கள் ஆளுமைத் தன்மைதானே நம் மனத்தில் ஆழமாகப் பதிகிறது? அதேபோல்தான் ப்ராண்டுக்கும் அந்த ப்ராண்டின் பொசிஷனிங்குக்கேற்ப ஆளுமைத் தன்மையை நாம் வரையறுத்துக் கொள்ள வேண்டும்.

TVS : நம்பகத்தன்மை, கடின உழைப்பு, பழைமை

பெப்சி : இளமை, கலகலப்பு, துடிப்பு

ஆவின் : பாரம்பரியம், தூய்மை

இம்மூன்று ப்ராண்ட்களும் தனித்தன்மை கொண்ட பொசிஷனிங் பெற்றிருந்தாலும், இவற்றின் ஆளுமைத் தன்மை அழகாக வரையறுக்கப்பட்டு ப்ராண்டின் பொசிஷனிங்குக்கு வலுவூட்டு வதைப் பார்க்கலாம்.

ப்ராண்ட் லோகோ (Brand Logo)

'ரின்' என்றால் என்ன என்று கேட்டால், 'டிடெர்ஜென்ட்' என்று கூறுபவர்களைவிட 'மின்னலடிக்கும் வெண்மை' என்று கூறு பவர்களே அதிகம். ஏனெனில், காலம்காலமாக இந்துஸ்தான் லீவர் நிறுவனம் 'மின்னலை'ப் பயன்படுத்தி 'ரின்' விளம்பரம் செய்ததே காரணம். 'அப்பழுக்கற்ற வெண்மை' என்பதுதான் 'ரின்னின்' பொசிஷனிங். அதை வாடிக்கையாளர் மனத்தில் எளிதாக, பசு மரத்து ஆணிபோல் பதியச் செய்ய உதவுவது 'மின்னல்'. இதைத்தான் மார்க்கெட்டிங்கில் லோகோ என்று கூறுவர்.

எல்லா ப்ராண்ட்களுக்கும் லோகோ இருக்க வேண்டும் என்று அவசியமில்லை. ஆனால் லோகோ வாடிக்கையாளர் மனத்தில் ப்ராண்டின் தன்மை, பயன்கள், பொசிஷனிங் ஆகியவற்றை அழியாவண்ணம் பதிவு செய்ய உதவுகிறது. 'ஏர் இந்தியா' விமானத்தின் லோகோ 'மஹாராஜா' அதில் பயணம் செல்பவர் களை அப்படி நடத்துவோம் என்று கூறாமல் கூறுவதுபோல் உள்ளது. 'டெட்டால்' லிக்விட்டின் 'உறைவாள்' லோகோ அந்த ப்ராண்டின் 'பாதுகாக்கும்' பொசிஷனை ஊர்ஜிதப்படுத்துகிறது.

'ஒனிடா' டி.வி.யின் 'சாத்தான்' லோகோ பொறாமையின் உருவ மாகச் சித்திரிக்கப்பட்டிருக்கிறது. ஒனிடா, 'உபயோகிப்பவரின் பெருமை, அண்டை வீட்டாரின் பொறாமை' என்று கூறுவதால், அந்தப் பொறாமையின் மொத்த உருவமாக ஒரு 'சாத்தானை' சிருஷ்டித்து விளம்பரப்படுத்தும்போது, வாடிக்கையாளரை அது கவர்வது மட்டுமல்லாமல், அவர்கள் மனத்தில் எளிதாகப் பதிய வும் செய்கிறது.

ப்ராண்ட் லோகோ என்பது எப்படி இருக்க வேண்டும், அதன் தன்மைகள் என்னென்ன என்று பட்டியலிடுவோம்.

1. லோகோ என்பது வார்த்தைகளாகவோ, உவமைகளாகவோ, படங்களாகவோ, வண்ணங்களாகவோ, கற்பனைக் கதா பாத்திரங்களாகவோ இருக்கலாம்.
2. லோகோ ப்ராண்டையோ, அதன் தன்மையையோ, பயனையோ குறிக்கும் வகையில் இருப்பது உசிதம்.
3. லோகோ எல்லா விளம்பர வகையிலும் இடம்பெறத்தக்க வகையில் இருக்க வேண்டும். 'ரின்' லோகோவான 'மின்னல்' ரின்னின் பேக்கேஜிங்கில், டி.வி. விளம்பரத்தில், பத்திரிகை விளம்பரத்தில், போஸ்டரில், விளம்பரப் பலகைகளில் மட்டு மல்லாமல், 'இடி ஓசை மூலம்' ரேடியோ விளம்பரங்களிலும் இடம்பெறுகிறது.
4. லோகோ எளிதாக வாடிக்கையாளர்கள் புரிந்துகொள்ளும் வண்ணம் இருக்க வேண்டும்.
5. லோகோவை ஒருமுறை வடிவமைத்தவுடன் அதை மாற்றிக் கொண்டிருக்கக் கூடாது.

ப்ராண்ட் ஸ்லோகன் (Brand Slogan)

ப்ராண்டை முழுமையாக்குவது அந்த ப்ராண்டின் ஸ்லோகன். தமிழ்த் திரைப்பட ஹீரோக்கள் பாணியில் சொல்ல வேண்டும் என்றால், 'பஞ்ச் டயலாக்'. ஆர்.எம்.கே.வி. நிறுவனம் 'பாரம் பரியத்தில் புதுமை' என்று கூறி விளம்பரங்களை முடிப்பதைப் பார்த்திருப்பீர்கள். அதுதான் ப்ராண்ட் ஸ்லோகன். ப்ராண்டின் தன்மை, பயன், பொசிஷனிங் அனைத்தையும் ஒரே வரியில் அடக்க முயற்சிக்கும் மார்க்கெட்டரின் சித்து வேலைதான் ப்ராண்ட் ஸ்லோகன். இதை ப்ராண்ட் பேஸ்லைன் என்றும் கூறுவர்.

ப்ராண்டின் மொத்தக் கதையையும் ஒரு வரியில் சுருங்கச் சொல்ல மார்க்கெட்டர் மெனக்கெட வேண்டியிருக்கும். 'கிருத்திகா' என்னும் சீயக்காய் ஷாம்புவை அறிமுகப்படுத்தியது கவின்கேர் நிறுவனம். இது சீயக்காயின் குணநலன்களையும், ஷாம்புவின் சவுகரியங்களையும் கொண்ட ப்ராண்ட். இந்த ப்ராண்டின் ஸ்லோகன்:

'குளியலை எளிதாக்கிடும்; கூந்தலை வளமாக்கிடும்.'

ப்ராண்டின் மொத்தக் கதையையும் பயனையும் நான்கே வார்த்தைகளில் கவிதைத் தனத்துடன் 'நச்'சென்று சொல்லியிருக்கும் விதத்தைப் பாருங்கள்.

மேலும் சில சிறந்த உதாரணங்களைப் பார்ப்போம்:

Nike	:	Just do it
பெப்சி	:	உள்ளம் கேட்குமே More
பேண்டீன்	:	கூந்தல் அசைந்தாடும், உங்கள் ஆசைப்படி
ராஜ் டி.வி.	:	உலகெங்கும் சின்னத்திரைகளில் வண்ணக்கோலங்கள் படைப்பது உங்கள் ராஜ் டி.வி.
டிவிஎஸ் ஸ்டார்	:	செயல் வீரர்களின் புயல் வாகனம்

ப்ராண்ட் எக்ஸ்டென்ஷன் - எக்கச்சக்க டென்ஷன்!

சூதாடுபவனுக்கு ஆயிரம் ரூபாய் கிடைத்தால் என்ன செய்வான்? அதை இரண்டாயிரம் ஆக்க முயற்சி செய்வான். அதேபோல பெரும்பான்மையான மார்க்கெட்டர்கள் தங்கள் ப்ராண்ட் வெற்றி பெற்றால் அதை இரண்டாக்க முயற்சி செய்வார்கள். உதாரண மாக 'க்ளினிக் ப்ளஸ்' ஷாம்பு பெரிய வெற்றி பெற்று விற்பனை யில் இந்தியாவின் தலைசிறந்த ஷாம்புவாக விளங்குகிறது. உடனே அந்த ப்ராண்டின் சொந்தக்காரரான இந்துஸ்தான் லீவர் என்ன செய்தது? 'க்ளினிக் ப்ளஸ்' பெயரில் கூந்தலுக்கான தேங்காய் எண்ணெயை அறிமுகப்படுத்தியது.

ஏன்? க்ளினிக் ப்ளஸ் ஷாம்பு என்பது கூந்தலுக்கான ப்ராண்ட்; கேசத்துக்கு வலுவூட்டி ஆரோக்கியமாக்குவது; பளபளக்கும் கூந்தலை அளிக்கவல்லது. அதைத் தானே தேங்காய் எண்ணெய் உபயோகிப்பவர்களும் விரும்புகிறார்கள்? ஆகவே, க்ளினிக்

ப்ளஸ் பெயரிலேயே தேங்காய் எண்ணெயையும் கொடுத்து விட்டால் போகிறது. ஷாம்புவை போலவே சக்கைப் போடு போடும் என்ற அபரிமிதமான நம்பிக்கை. இதைத்தான் Brand Extension என்பர். அதாவது ஒரே ப்ராண்ட் நேம், இரண்டு வெவ்வேறு பொருள் வகைகள்.

இப்படி ப்ராண்டை நீட்டிக்காத நிறுவனங்கள் குறைவு. அப்படி நீட்டிக்கப்பட்ட ப்ராண்ட்கள் வெற்றி பெறுவது அதைவிடக் குறைவு. அரிது என்றுகூடச் சொல்லலாம். ஏனெனில், நாம் முன்னே பார்த்துபோல் பொசிஷனிங் செய்யப்பட்ட ப்ராண்ட், ஒரு பொருள் வகையைத்தான் குறிக்கும். க்ளினிக் ப்ளஸ் என்றால் ஆரோக்கிய மான பளபளக்கும் கூந்தல்தான். ஆனால் க்ளினிக் ப்ளஸ் என்றால் ஷாம்புவும்கூட. அதனால்தான் நாம் கடைக்குச் சென்றால், 'க்ளினிக் ப்ளஸ் ஷாம்பு கொடுங்க' என்று கேட்பதில்லை. 'க்ளினிக் ப்ளஸ்' என்பதே போதுமானது. அதே பெயரை தேங்காய் எண்ணெய்க்கும் வைக்கும் பொழுது குழப்பம் வருமா வராதா?

அது மட்டும் அல்ல. நாம் இப்பொழுது ஸ்பெஷலிஸ்ட்களை எதிர்பார்க்கும் காலகட்டத்தில் வாழ்கிறோம். ஒரு காலத்தில் நமக்கு உடம்பு சரி இல்லை என்றாலும் சரி, கண் எரிச்சல் என்றாலும் சரி, பல் வலி என்றாலும் சரி, நேராக நம் குடும்ப டாக்டரிடம் சென்றோம். ஆனால் இன்றோ குடும்ப டாக்டர் என்ற வார்த்தையே மறைந்துவிட்டது. பல் வலியா? டெண்டிஸ் டிடம் செல்கிறோம். காது வலியா? இருக்கவே இருக்கிறார் ENT ஸ்பெஷலிஸ்ட். கண் எரிச்சலா? செல்வோம் கண் டாக்டரிடம். ஏனெனில் இப்பொழுது நாம் எதற்கும் ஸ்பெஷலிஸ்டுகளையே நாடுகிறோம். நல்ல வேளை இடது கண் ஸ்பெஷலிஸ்ட், வலது கண் ஸ்பெஷலிஸ்ட் என்று இன்னும் வரவில்லை!

இப்படி மாறிவிட்ட நாம் ப்ராண்ட் வாங்குவதில் மட்டும் சும்மா இருப்போமா? வாங்கும் பொருள் வகையில் எது ஸ்பெஷலிஸ்ட் என்று நினைக்கிறோமோ அதை வாங்குகிறோம். அழகான சருமம் என்றால் வாங்கு 'லக்ஸ்'. விலை குறைவான ஷாம்புவா, வாங்கு 'சிக்'. பாதுகாப்பு தரும் டூத்பேஸ்ட் என்றாலே 'கோல் கேட்'தான் வாங்கணும். அதனால்தான் 'லக்ஸ்', ஷாம்பு வடிவத் தில் வந்த போது அதை வாங்கவில்லை. 'சிக்' முக பவுடர் வகை யில் தோன்றியபொழுது நாம் அதைத் தொடக்கூட இல்லை. 'கோல்கேட் ஜெல்' என்று வந்தபொழுது அதைத் திரும்பிக்கூட பார்க்கவில்லை.

என்னதான் பலர் சொன்னாலும், செய்தாலும் ப்ராண்ட் எக்ஸ்டென்ஷன் வெற்றி தராது. ஒரு ப்ராண்ட் ஒரு பொருள் வகையைத் தான் குறிக்கும். குறிக்க வேண்டும். உங்களுக்கு அழகான ஆண் குழந்தை பிறந்தால், 'ராஜா' என்று பெயரிடுகிறீர்கள் என்று வைத்துக் கொள்வோம். இரண்டாவதும் மகனாக பிறந்து அவனும் முதல் மகனைப் போலவே இருக்கிறான் என்பதற்காக அவனுக்கும் 'ராஜா' என்றே பெயர் வைப்பீர்களா? பெற்ற குழந்தைக்கு ஒரு நியாயம், குழந்தை போன்ற ப்ராண்டுக்கு ஒரு நியாயமா? சிந்தியுங்கள்.

அப்படி என்றால் ப்ராண்ட் எக்ஸ்டென்ஷன் வெற்றி பெறவே பெறாதா? பெறும். ஒரே ஒரு காரணத்துக்கு மட்டுமே. நீங்கள் ப்ராண்டை நீட்டிக்க நினைக்கும் பொருள் வகையில் உள்ள மற்ற போட்டி ப்ராண்ட்களும் நீட்டிக்கப்பட்டிருந்தால் மட்டுமே உங்கள் ப்ராண்ட் எக்ஸ்டென்ஷன் வெற்றிபெற வாய்ப்புகள் உண்டு. 'சாம்சங்' என்னும் ப்ராண்ட் டி.வி., வாஷிங் மெஷின், DVD ப்ளேயர், செல்ஃபோன் என்று நீட்டிக்கப்பட்டிருந்தாலும் ஓரளவேனும் வெற்றி பெற்றுள்ளது. ஏனெனில் அதன் போட்டியாளர்கள் 'எல்.ஜி', 'வீடியோகான்', 'பிலிப்ஸ்', 'சோனி' போன்றவையும் நீட்டிக்கப்பட்ட ப்ராண்ட்களே.

விலை

'குமரிப் பெண்ணின் உள்ளத்திலே குடியிருக்க நான் வர வேண்டும்.
குடியிருக்க நான் வருவதென்றால் வாடகை என்ன தர வேண்டும்'

குமரிப் பெண்ணின் உள்ளத்திலிருந்து கோன் ஐஸ் க்ரீம் வரை எல்லாவற்றுக்கும் ஒரு 'விலை' உண்டு. மூன்றாவது அத்தியாயத்தில் நாம் பார்த்த மார்க்கெட்டிங் மிக்ஸின் மூன்றாவது 'P', அதாவது Price. பொருளின் விலை. மார்க்கெட்டிங் மிக்ஸில் உள்ள நான்கு 'P'க்களில் வருவாய் ஈட்டித் தரும் ஒரே 'P' Price தான். ஒரு விதத்தில் பார்த்தால் மற்ற மூன்று 'P'க்களும் செலவுகள்தானே!

அதேபோல நான்கு 'P'க்களில் எளிதாக மாற்றங்கள் செய்யக் கூடியதும் Price-இல்தான். பொருளிலோ, விநியோகத்திலோ, விற்பனை மேம்பாட்டிலோ மாற்றங்கள் செய்வது அவ்வளவு எளிதல்ல. அதிக முயற்சி தேவைப்படும். கால விரயமும் ஆகும். ஆனால் முப்பது ரூபாய் டூத்பேஸ்டை முப்பத்தி ஒன்றாக்க அரை மில்லி மீட்டர் ஸ்டிக்கர் இருந்தால் போதும். ரூ.31 என்று அச்சடித்து பழைய விலை மீது ஒட்டினால் போதுமே!

பல மார்க்கெட்டர்கள் இன்று இப்படித்தான் செய்கிறார்கள். தேவைப்படும்போது விலையை ஏற்றுவது, குறைக்கவேண்டிய தேவை ஏற்பட்டாலும் விலையைக் குறைக்காமல் அழிச்சாட்டியம் செய்வது என்று விலையின் முக்கியத்துவத்தை உணராமல் இருக்கிறார்கள். மார்க்கெட்டிங் மிக்ஸின் ஒரு முக்கிய அங்கம் 'விலை'. எளிதாக மாற்றங்கள் செய்யக்கூடியது என்ற ஒரே காரணத்துக்காக விலை, தன் முக்கியத்தை இழந்துவிடாது.

விலை, பொருளின் தரத்தைக் குறிக்கும் தன்மை கொண்டது. பொருளின் பொசிஷனிங்குக்கு வலு சேர்க்கக்கூடியது. 'உங்கள் வருவமானத்துக்கேற்ற தரமான சோப்' என்ற 'பவர்' டிடெர் ஜண்டின் பொசிஷனிங்குக்கு வலுசேர்ப்பது அதன் குறைந்த விலைதானே!

அதேபோல் 'உயர்தர சைவ உணவகம்' என்ற 'சரவண பவனின்' பொசிஷனிங்குக்கு உதவுவது மற்ற ஹோட்டல்களை காட்டிலும் அதிகமான சரவண பவனின் விலைகள்தானே! விலை என்பது ஒரு பொருளின் ஓரத்தில் ஒட்டப்பட்டு இருக்கும் துண்டுக் காகிதம் என்று தப்பாக எடை போடாதீர்கள். மூர்த்தி சிறிய தெனினும் இதன் கீர்த்தி பெரியது!

விலை என்பது எங்கும் வியாபித்து இருப்பது. அது பல இடங் களில் பலவித பெயர்களில் பவனி வருவது. குடித்தனக்காரர் வீட்டின் சொந்தக்காரருக்கு கொடுக்கும் 'வாடகை' அவர் அந்த வீட்டில் குடியிருக்கக் கொடுக்கும் விலை. பஸ்ஸில் பயணம் செய்வோர் வாங்கும் 'டிக்கெட்', அந்தப் பிரயாணத்துக்கு அவர்கள் கொடுக்கும் விலை. பெற்றோர் தங்கள் குழந்தைகளின் பள்ளிக்கு கொடுக்கும் 'பீஸ்' அவர்கள் கல்வி கற்கக் கொடுக்கும் விலை. நீங்கள் இந்தப் புத்தகத்தை வாங்கக் கொடுத்த பணம் (ஓ.சி.யில் வாங்கிப் படிக்காத பட்சத்தில்) மார்க்கெட்டிங் பற்றித் தெரிந்துகொள்ள நீங்கள் கொடுத்த விலை. அரசாங்கத்துக்கு வருடா வருடம் நாம் அழும் வரி என்கிற தண்டம், பணம் சம்பாதிக்க நாம் கொடுக்கும் விலை!

கிராமங்களிலோ அல்லது கிராமங்களை மையப்படுத்தி எடுக்கப் பட்ட தமிழ்த் திரைப்படங்களிலோ நீங்கள் பார்த்திருப்பீர்கள். ஆட்டையோ மாட்டையோ விற்பவர் வாங்குபவரின் கையைத் துண்டால் மூடி உள்ளே அவர் விரல்களை 'கிச்சு கிச்சு' மூட்டுவது போல் ஏதோ செய்து பேரம் பேசி முடிப்பதை. அன்று தொடங்கி இன்று பல பொருள்களிலும் அதன் விலை ஒட்டப்பட்டு 'இங்கு பேரம் இல்லை' என்று கடைகள் போர்டு வைத்து விற்கும் இந்தக் காலம் வரை விலை பல பரிமாணங்கள் பெற்று வளர்ந்து விட்டது. அடிக்கடி கட்டணங்களை மாற்றிக் கொள்ளும் செல் போன் கம்பெனிகளான 'ஏர்டெல்', 'ஹச்' போன்றவை விலை களை நிர்ணயிப்பதற்கென்றே பிரத்யேக டிபார்ட்மெண்ட்கள் வைத்திருக்கின்றன என்றால் பார்த்துக் கொள்ளுங்களேன்.

விலையின் முக்கியத்துவத்தை உணர்ந்த மார்க்கெட்டர்கள் அதை நிர்ணயிப்பதில் அதீத அக்கறை எடுத்துக் கொள்வார்கள். திறமை யான மார்க்கெட்டர்கள் தங்கள் நிறுவனங்களுக்கென பிரத்யேக 'விலைக் கொள்கைகளை' வகுத்துக் கொண்டு அதன்படி தங்கள் பொருள்களின் விலைகளை நிர்ணயிப்பார்கள். இதற்கு 'Pricing Policy' என்று பெயர். பொதுவாக விலையை நிர்ணயிப்பதில் ஆறு முக்கியமான படிகள் உண்டு.

1. விலையின் குறிக்கோளைத் தேர்வு செய்வது

நம் வாழ்க்கைக்குக் குறிக்கோள் இருப்பது எவ்வளவு முக்கியமோ, அவ்வளவு முக்கியம் கம்பெனிகள் தங்களின் பொருள்களின் விலைகளுக்குக் குறிக்கோள்களை வகுப்பது. தங்கள் பொருள்கள் சந்தையில் பிழைத்தால் போதும், பெரிய லாபம் ஏதும் வேண்டாம் என்று முடிவு செய்து அதற்கேற்ப விலையை நிர்ணயிப்பது ஒரு வகையான குறிக்கோள். அதிக லாபம் சம்பாதிக்க வேண்டும் என்ற குறிக்கோள் கொண்டு பொருள்களின் விலையைக் கூடுதலாக நிர்ணயிப்பது இரண்டாவது வகை. சந்தையில் அதிகப் பங்கை (Market Share) பெற வேண்டும் என்ற குறிக்கோள் கொண்டு அதற்கேற்ப விலையை நிர்ணயிப்பது மூன்றாவது வகை.

சில கம்பெனிகள் புது மாதிரியான பொருள்களை அறிமுகப் படுத்தும் போது, அதுபோன்ற பொருள்கள் சந்தையில் இல்லாமலிருந்தால், கிடைத்த வரை லாபம் என்ற எண்ணத்தில் பொருள்களுக்கு அதிக விலையை நிர்ணயிப்பர். பின் அது போன்ற போட்டியாளர் பொருள்கள் சந்தையில் கொண்டுவர வர தங்கள் விலையைப் படிப்படியாக குறைத்துக் கொள்வார்கள். இவ்வகையில் அதிக விலை நிர்ணயிக்கும் முறைக்கு Price skimming என்று பெயர். 'நோக்கியா' (Nokia) புதியதாக செல்ஃபோன் மாடல்களை அறிமுகப்படுத்தும்போது, அதிக விலையை நிர்ணயித்து, போகப் போக விலையைக் குறைத்துக் கொள்வது இவ்வகை Price skimming-குக்கு சிறந்த உதாரணம். இது நான்காவது வகைக் குறிக்கோள்.

தங்கள் பொருள்களின் அதிகத் தரத்தைப் பறைசாற்றும் வகையில் மற்ற போட்டியாளர் பொருள்களைவிட அதிக விலையை நிர்ண யிப்பது ஐந்தாவது வகைக் குறிக்கோளாகும். இதற்கு Product-quality leadership pricing என்று பெயர். சந்தையில் ஐந்து ரூபாய்க்கும் பத்து ரூபாய்க்கும் ப்ளேடுகள் சல்லிசாகக் கிடைக்கும்போது,

'ஜில்லெட்' கம்பெனி தங்கள் 'மேக் 3' (Mach 3) ப்ளேடுகளை அறுபது ரூபாய்க்கு விற்பது இவ்வகையான குறிக்கோளுக்கு எடுத்துக் காட்டாகும்.

2. தேவையின் அளவை நிர்ணயிப்பது (Estimating demand)

பொருளின் விலைக்கேற்ப அதன் 'டிமாண்டின்' அளவு மாறுபடும். அப்படி மாறும் அளவை பொருளாதார வல்லுநர்கள் 'Demand Curve' என்கிற முறைப்படி அளப்பர். பொதுவாக ஒரு பொருளின் விலையும் அதன் டிமாண்டும் எதிர்மறைத் தன்மை கொண்டவை. விலை ஏற ஏற டிமாண்ட் குறையும். அதேபோல் விலை குறையக் குறைய டிமாண்ட் ஏறும். செல்ஃபோன் கட்டணங்கள் குறையக் குறைய அதன் டிமாண்ட் கூடி இன்று பட்டிதொட்டி எங்கும் செல்ஃபோன்கள் வியாபித்து இருப்பதைப் பார்க்கலாம். சில பொருள் வகைகளுக்கு இதிலிருந்து விதிவிலக்கு உண்டு. உதாரணமாக விலையுயர்ந்த 'செண்ட்' பாட்டில்களின் விலை ஏறும்போது அதன் 'அந்தஸ்தும்' கூடுவதால், அதன் 'டிமாண்டும்' கூடுகிறது. மார்க்கெட்டர் தன் பொருளின் 'டிமாண்ட் வளைவை' நிர்ணயித்துக் கொள்வது அவசியம்.

மேலும், விலையை பொருத்தவரை சில வாடிக்கையாளர்கள் தொட்டால் சிணுங்கிகளாக இருப்பார்கள். பொருளின் விலைக்கு ஏற்ப அவர்கள் வாங்கும் அளவு மாறுபடும். இதை Price sensitivity என்று கூறுவர். ஒரு பொருளின் டிமாண்டை நிர்ணயிக்கும்போது அப்பொருளின் Price sensitivity அளவை அறிந்து கொள்வது அவசியம். பொதுவாக விலையுயர்ந்த பொருள்களையோ, அடிக்கடி வாங்கும் பொருள்களையோ வாங்கும்போதோ, வாடிக்கையாளர்கள் அதிக Price sensitivity-யுடன் இருப்பார்கள். எப்பொழுதாவது வாங்கும் பொருள்களையோ விலை மலிவான பொருள்களை வாங்கும் போதோ குறைவான Price sensitivity-யுடன் இருப்பார்கள்.

3. மொத்தச் செலவை நிர்ணயிப்பது

ஒரு பொருளின் டிமாண்டின் அளவு அந்தப் பொருளின் விலையின் அதிகபட்சத்தை நிர்ணயிக்கும். அதைப்போல அந்தப் பொருளைத் தயாரித்து விற்க ஆகும் செலவுகள், அந்தப் பொருளின் குறைந்தபட்ச விலையின் அளவை நிர்ணயிக்கும். ஒரு பொருளின் விலை, அந்தப் பொருளைத் தயாரிக்க ஆகும் செலவை மட்டும் அல்லாமல், அப்பொருளை விநியோகிக்க

ஆகும் செலவு, அப்பொருளை விற்க ஆகும் செலவு எல்லா வற்றையும் கடந்து கம்பெனிக்கு லாபத்தையும் ஈட்டித் தருவதாக அமைய வேண்டும்.

ஒரு கம்பெனியின் செலவுகள் இரு வகைப்படும். நிலையான செலவுகள் (Fixed costs), மாறும் செலவுகள் (Variable costs). நிலையான செலவுகள் என்பது தயாரிப்பின் அளவை பொருத்தோ, விற்பனை அளவைப் பொருத்தோ மாறாதவை. தயாரித்தாலும் தயாரிக்காவிட்டாலும், விற்றாலும் விற்கா விட்டாலும், ஒரு கம்பெனி தங்கள் ஆபீசுக்கும், தொழிற் சாலைக்கும் வாடகை கொடுக்க வேண்டும்; வட்டி கட்ட வேண்டியிருக்கும். சம்பளம் கொடுக்க வேண்டி இருக்கும். இவை நிலையான செலவுகள். மாறும் செலவுகள் தயாரிப்பின் அளவை பொருத்து மாறுபடும். ஒரு பொருளின் தயாரிப்பு அளவுக்கு ஏற்ப அப்பொருளை தயாரிக்கத் தேவையான இடு பொருள்கள் வாங்கும் செலவு மாறுபடும். அதுபோல் உபயோகிக்கும் மின்சாரத்தின் அளவுக்கேற்ப மின்சாரக் கட்டணம் மாறுபடும். இவை மாறும் செலவுகள்.

ஒரு பொருளின் விலையை நிர்ணயிக்கும்போது அப்பொருளின் தயாரிப்புச் செலவு எவ்வாறு தயாரிக்கும் அளவுக்கேற்ப மாறுபடுகிறது என்பதைக் கணக்கிட வேண்டும். உதாரணமாக, ஒரு நாளைக்கு ஐயாயிரம் ஊதுவத்தி பாக்கெட்டுகள் தயாரிக்க ஒரு கம்பெனிக்கு ஐயாயிரம் ரூபாய் ஆகிறது என்று வைத்துக் கொள்வோம். அப்பொழுது ஓர் ஊதுவத்தி பாக்கெட் தயாரிக்க ஆகும் 'சராசரிச் செலவு' ரூபாய் ஒன்று. இதே ஒரு நாளைக்கு பத்தாயிரம் ஊதுவத்தி பாக்கெட்டுகள் தயாரிக்க ஆகும் மொத்த செலவு ரூபாய் எட்டாயிரம் என்று வைத்துக் கொண்டால், ஒரு பாக்கெட் தயாரிக்க ஆகும் சராசரிச் செலவு எண்பது பைசாதான். அப்படி என்றால், அந்த கம்பெனி தன் லாபத்தின் அளவைப் பெருக்க ஒரு நாளைக்கு பத்தாயிரம் பாக்கெட்டுகளை தயாரிப்பது உசிதமல்லவா!

4. போட்டியாளர்களின் விலையையும் செலவுகளையும் ஆராய்வது

போட்டிப் பொருள்களின் விலையையும், அப்பொருள்களைத் தயாரித்து விற்க ஆகும் செலவையும் கணக்கிட்டு அறிவது மிக அவசியம். போட்டியாளர்களின் மொத்தச் செலவின் அளவு நமக்குத் துல்லியமாகத் தெரிய வாய்ப்பில்லை என்றாலும்,

உத்தேசமாக எவ்வளவு இருக்கும் என்று தேர்ந்த நிபுணர்கள் கொண்டு கணக்கிட்டு அறிந்துகொள்ள வேண்டும். இதை அறிந்து கொள்வது, மார்க்கெட்டருக்கு தன் பொருள்களின் விலையை நிர்ணயம் செய்ய உதவியாக இருக்கும்.

5. விலையை நிர்ணயம் செய்யும் முறையைத் தேர்ந்தெடுப்பது

பொருளின் விலையை நிர்ணயிக்கப் பல வழிமுறைகள் உள்ளன. ஒவ்வொரு வழிமுறைக்கும் சாதக அம்சங்கள் உண்டு, பாதக அம்சங்களும் உண்டு. இவற்றை ஆராய்ந்து அலசி எந்த வழிமுறை தாம் விற்க முயற்சி செய்யும் பொருளுக்கு உகந்தது என்பதை மார்க்கெட்டர் முடிவு செய்து கொள்ள வேண்டும். விலையை நிர்ணயிக்கும் ஒரு சில முக்கியமான வழிமுறைகளை இப்பொழுது பட்டியலிட்டுப் பார்ப்போம்.

பொருளைத் தயாரித்து விற்க ஆகும் மொத்தச் செலவுக்கு மேல் ஒரு குறிப்பிட்ட சதவிகித லாபத்தைச் சேர்த்து விலையை நிர்ணயிப்பது ஒரு வழிமுறை. இதற்கு Mark-up pricing என்று பெயர். விலையை நிர்ணயிக்கும் முறைகளில் எளிதானது இந்த முறை. ஆனால் இம்முறையில் போட்டியாளர்களின் விலை, டிமாண்டின் அளவு, வாடிக்கையாளர்களின் ஆதரவு போன்ற முக்கிய அம்சங்கள் கணக்கில் எடுத்துக் கொள்ளப்படாததால் இம்முறையில் விலையை நிர்ணயிப்பது தோல்விக்கு வழி வகுக்கக்கூடியது.

விலையை நிர்ணயிக்கும் இன்னொரு சுலபமான முறைக்கு Target-return pricing என்று பெயர். இம்முறைப்படி, ஒரு கம்பெனி தங்கள் முதலீட்டுக்கு என்ன லாபம் தேவை என்று முடிவு செய்து அந்த லாபம் வருவதற்கு ஏற்ற விலையை நிர்ணயிக்கும். ஆனால் இம்முறையிலும் போட்டியாளர் விலை, டிமாண்டின் அளவு போன்றவை கணக்கில் எடுத்துக் கொள்ளப்படாததால், இவையும் தோல்வியையே தரக்கூடியவை.

சமீப காலமாகப் பிரபலமாக இருக்கும் விலை நிர்ணயிக்கும் முறை Value Pricing என்பதாகும். 'எங்கும் கண்டிராத குறைந்த விலை' என்று கடைகளும் கம்பெனிகளும் கூவி விற்கிறார்களே, அப்படிக் குறைந்த விலையை நிர்ணயித்து விற்கும் வழி முறைக்குதான் Value Pricing என்று பெயர். அதாவது ஒரு பொருள் வகையில் மற்ற எல்லாப் போட்டியாளர்களையும்விடக் குறைவாக விலையை நிர்ணயிக்கும் உத்தி. விலையைக்

குறைவாக நிர்ணயிப்பதுதானே இது, இதிலென்ன பெரிய உத்தி வேண்டிக் கிடக்கிறது என்று சாதாரணமாக எண்ண வேண்டாம். இவ்வகையில் மிகக் குறைந்த விலையில் விற்க முனைவதற்கு ஒரு கம்பெனியோ கடையோ தங்கள் வியாபாரத்தை முழுவது மாக இதற்கு தயார்செய்து கொண்டபிறகுதான் குறைந்த விலையை நிர்ணயிக்க வேண்டும்.

தமிழ் நாடெங்கும் வெற்றிகரமாக வியாபித்திருக்கும் 'சுபிக்ஷா'வை எடுத்துக் கொள்வோம். குறைந்த விலையில் பொருள்களை விற்பது என்கிற ஆதாரத் தத்துவத்துடன் தொடங்கப்பட்ட நிறுவனம் அது. அதனால் அதற்கேற்ப தங்கள் வியாபாரத்தையும், உத்தியையும் வகுத்துக் கொண்டார்கள். உதாரணத்துக்கு, கடை வாடகையை குறைக்கும் எண்ணத்தில் கடைகளைப் பிரதான சாலைகளில் அமைக்காமல், உட்தெருக் களில் அமைத்தனர். கடைச் செலவுகளை கட்டுப்படுத்தும் முயற்சியாக கடைகளுக்கு ஏர் கண்டிஷன் வசதி, Self Service, பரந்த பரப்பளவு என்பவற்றைத் தவிர்த்தனர்.

இவ்வளவு ஏன், சாமான்களைப் போட்டுக் கொடுக்க 'பிளாஸ்டிக்' பைகள் கொடுத்தால் செலவு அதிகமாகும் என்பதை அறிந்து கடைக்கு வரும்போது வீட்டிலிருந்தே பையை எடுத்து வருமாறு வாடிக்கையாளர்களைக் கேட்டுக் கொள்கின்றனர். இதுபோல் எல்லாவிதச் செலவுகளையும் கட்டுப்படுத்துவதால் தான் சுபிக்ஷாவால் மற்ற கடைகளைவிடப் பொருள்களைக் குறைவான விலையில் விற்க முடிகிறது. கடைகள் மட்டும் இல்லாமல் மற்ற பொருள் வகைகளிலும் இவ்வகை Value Pricing உத்தியை நாம் பார்க்கலாம். எடுத்துக்காட்டாக 'ஏர் டெக்கான்' விமானப் போக்குவரத்து, 'நிர்மா' சலவைத்தூள் ஆகியவை.

6. இறுதி விலையை நிர்ணயம் செய்வது

இவ்வகையில் எல்லாவித பாதிப்புகளையும் அம்சங்களையும் ஆராய்ந்து அலசிய பின்னரே இறுதி விலையை நிர்ணயம் செய்ய வேண்டும். ஒரு முறை விலையை நிர்ணயம் செய்தபிறகு அதை அடிக்கடி மாற்றிக் கொண்டிருக்கக் கூடாது. அப்படி மாற்றிக் கொண்டிருந்தால் வாடிக்கையாளர்களுக்குக் குழப்பம்தான் மிஞ்சும். பதினைந்து வருடங்களாக 'சிக்' ஷாம்பு சாஷேக்கள் ஒரு ரூபாய்க்கு மட்டுமே விற்கப்பட்டு வருவதால்தான் அது இந்தியாவின் தலைசிறந்த ஷாம்புகளில் ஒன்றாகத் திகழ்கிறது.

விலையை நிர்ணயிப்பதில் வேறு சில அத்தியாவசிய அம்சங்களும் உண்டு. அவற்றையும் அறிந்து கொள்வது அவசியம். அவை இதோ...

★ நூற்றுப் பத்து ரூபாய்க்கு விற்கும் 'ஹார்லிக்ஸ்' பாட்டிலை சில கடைகள் எழுபத்து ஐந்துக்கும், எண்பது ரூபாய்க்கும் குறைத்து 'மாபெரும் விலை குறைப்பு' என்று கூவி விற்பதைப் பார்த்திருப்பீர்கள். ஆனால், அதே கடைகளில் மற்ற பொருள்கள் மற்ற கடைகளில் உள்ள விலைகளையே கொண்டிருக்கும். பிறகு ஹார்லிக்ஸை நஷ்டத்தில் விற்க அந்தக் கடைகளுக்கு என்ன ஜென்மாந்தரக் கடனா? இல்லை. குறைந்த விலையில் ஹார்லிக்ஸை வாங்கலாம் என்று வரும் வாடிக்கையாளர்கள் அந்தக் கடையில் உள்ள மற்ற பொருள்களையும் வாங்கிவிடுவர். அப்படி வாடிக்கையாளரைக் கடைக்குக் கவர்ந்து இழுக்கத்தான் இந்த வகை விலை குறைப்பு உத்தி. இதற்கு Loss Leader Pricing என்று பெயர்.

★ 'ஆடித் தள்ளுபடி', 'அக்ஷய த்ரிதியை அட்டகாசம்', 'ஜனவரி ஒன்று விலைக் குறைப்பு' போன்ற சந்தைக் கூத்துக்களைப் பார்த்திருப்பீர்கள். இதுபோன்று ஒரு பண்டிகையையோ, ஏதேனும் குறிப்பிட்ட காலத்தையோ சாக்காக வைத்து அந்த நேரத்தில் விலையைக் குறைத்தோ, ஏதேனும் பரிசுகள் கொடுத்தோ வாடிக்கையாளர்களைக் கவர்ந்து இழுக்க முயற்சி செய்வர் மார்க்கெட்டர்கள். இதுபோன்ற விலைக் குறைப்பு வைபவங்களுக்கு Special-event pricing என்று பெயர்.

★ 'வட்டியில்லாக் கடன்', 'குறைந்த வட்டி விகிதம்' என்று கூறி கார்களிலிருந்து கடலை உருண்டை வரை, செல்லுலார் ஃபோனிலிருந்து செருப்பு வரை விற்பதும் ஒரு வகையில் விலை சம்பந்தப்பட்ட சமாசாரமே. இதற்கு Low-interest Financing என்று பெயர்.

★ விலை நிர்ணயிப்பதில் இன்னொரு பிரபலமான உத்தி 'Rs.199', 'Rs.49' என்று '9'-ல் முடியும்படி விலையை நிர்ணயிப்பது. இதற்குப் பின்னால் ஒரு பெரிய மனோதத்துவ காரணம் உண்டு. '9' என்று முடியும் விலைகள் பொதுவாகக் 'குறைந்த விலை' அல்லது 'தள்ளுபடி விலை' என்று வாடிக்கையாளர்கள் நினைத்துக் கொள்வார்கள். ஆகவே, தங்கள் பொருள்கள் குறைந்த விலையில் விற்கப்படுகின்றன என்று குறிக்க

மார்க்கெட்டர்கள் விலைகளை 'ரூ.49', 'ரூ.149' என்று நிர்ணயிப்பர்.

★ பாட்டா (Bata) நிறுவனம் தனது காலணிகளுக்கு விலை நிர்ணயம் செய்யும்போது ரூ. 69.95, ரூ.149.95, ஏன் ரூ.1049.95 என்று எதையெடுத்தாலும் 95 பைசாவில் முடியும்படி அமைக்கும். இது ஏன் என்று புரிகிறதா? 95 பைசா என்று முடியும் விலை பாட்டாவின் தனித்தன்மை ஆகும். வேறெந்தப் பொருளின் விலையாவது 95 பைசா என்று முடிவதைப் பார்த்தால் நமக்கே பாட்டாவின் ஞாபகம் வருகிறது அல்லவா?

★ வாடிக்கையாளர் மத்தியில் விலையில் பாகுபாடு இருக்கக் கூடாது (Price discrimination) என்ற பொதுவான கருத்து இருந் தாலும் பல சமயங்களில் பல பொருள்களில் வாடிக்கையாளர் களுக்கேற்ப விலையில் பாகுபாடு இருக்கத்தான் செய்கிறது. உதாரணமாக, நேரத்துக்கேற்ப விலையில் மாற்றம் என்பதை ஸ்டார் ஹோட்டல் 'பார்'களில் காணலாம். காலை 11 மணி முதல் மாலை 6 மணி வரை 'Happy Hours' என்று பெயர்சூட்டி அந்த நேரத்தில் மதுபானங்களுக்கு 10% முதல் 20% விலையில் தள்ளுபடி அளிக்கப்படும். பொதுவாக அந்த நேரத்தில் வாடிக்கையாளர் வரவு குறைவாக இருக்கும் என்பதால், 'குடி'மகன்களை வளைத்து இழுக்க இந்த வகை விலைப் பாகுபாடு. இதேபோல் வாடிக்கையாளர்களை வகைப்படுத்தி ஒவ்வொரு வகைக்கும் ஒரு விலையை நிர்ணயிப்பதும் இப் பொழுது பிரசித்தம். 'மாயாஜால்', 'அதிசயம்', 'ப்ளாக் தண்டர்' போன்ற Amusement Parks குழந்தைகளுக்குக் குறைந்த நுழைவுக் கட்டணமும் பெரியவர்களுக்கு அதிகக் கட்டண மும் வசூலிப்பது இவ்வகை விலைப் பாகுபாடே.

★ விலை நிர்ணயிப்பதில் இன்னொரு 'தில்லாலங்கடி' டெக்னிக் உண்டு. ஓர் உதாரணம் கொண்டு இதைப் பார்ப்போம். 'ஹ்யூலட் பேக்கார்ட்' என்கிற நிறுவனம் தங்கள் பிரிண்டர் களை இரண்டாயிரம் ரூபாய், மூவாயிரம் ரூபாய் என்று சல்லிசாக விற்கின்றன. ஆஹா, இரண்டாயிரம் ரூபாய்க்கு பிரிண்டரா என்று வாய் பிளந்து வாங்கினீர்களோ, அவ்வளவு தான். அதற்கு 'கார்ட்ரிட்ஜ்' என்று பிரிண்டிங் இங்க் உள்ள உருளை தேவைப்படும். இது தொள்ளாயிரம், ஆயிரம் ரூபாய் ஆகும். அதாவது குறைந்த விலை நிர்ணயித்து பொருள்களை

வாங்கச் செய்து, பிறகு அப்பொருளுக்கான உபகரணங்களை அதிக விலைக்கு விற்பதுதான் இந்த டெக்னிக். ஜில்லட் ஷேவிங் ரேசர் விற்பனையிலும் இப்படித்தான் நடக்கிறது. ரேசர் பிடியை மிகக்குறைந்த விலைக்கோ அல்லது இலவச மாகவோ அந்த நிறுவனம் வழங்கினாலும் அடுத்தடுத்து பிளேடுகள் வாங்குவதில் விலையைத் தீட்டிவிடும்!

போட்டியாளர் விலை மாற்றங்களைச் சமாளிப்பது எப்படி?

போட்டியாளர்கள் தங்கள் பொருள்களின் விலையைக் குறைத் தாலோ கூட்டினாலோ அதை எப்படிச் சமாளிப்பது? பதற்றப் படாமல், முதலில் ஆதாரமான சில கேள்விகளுக்கு விடை காண முற்பட வேண்டும்.

1. போட்டியாளர் எதற்காக விலையில் மாற்றங்கள் செய்திருக் கிறார்?

   நம்மிடமிருந்து வாடிக்கையாளரை கவரவா, தாம் மிக அதிக அளவில் உற்பத்தி செய்து விலைபோகாமல் உள்ள பொருள் களை சந்தையில் கொட்டுவதற்காகவா அல்லது தாம் விலையை மாற்றுவதன் மூலம் மற்றவர்களும் மாற்றிவிடு வார்கள் என்ற குருட்டு நம்பிக்கையிலா?

2. மாற்றப்பட்டிருக்கும் விலை நிரந்தரமானதா அல்லது தாற்காலிகமானதா?
3. போட்டியாளரின் விலை மாற்றத்தால் உண்டாகும் பாதிப்பு நமக்கு எப்படிப்பட்டதாக இருக்கும்? மற்ற போட்டி நிறு வனங்கள் என்ன செய்யக்கூடும்?
4. நாம் பதிலுக்கு விலையில் மாற்றங்கள் செய்தால் மற்ற போட்டியாளரின் பதில் நடவடிக்கை என்னவாக இருக்கும்?

இந்தக் கேள்விகளுக்குத் தெளிவான விடை கண்டபிறகுதான் எந்த ஒரு பதில் நடவடிக்கையையும் செய்ய முற்பட வேண்டும். போட்டியாளரின் விலை மாற்றத்துக்கு பதில் நடவடிக்கையை எப்படி வேண்டுமானாலும் அமைக்கலாம்:

★ நம் பொருளின் தரம், பொசிஷனிங் போன்றவை வலுவாக இருக்கும் பட்சத்தில் விலையில் எந்த மாற்றமும் செய்யாமல் என்ன நடக்கிறது என்று கொஞ்ச காலத்துக்குக் கண்காணிக் கலாம்.

★ போட்டியாளர் விலை குறைத்திருந்தார் எனில், நம் ப்ராண்டுக்குக் கூடுதலாகச் சிறப்பு அம்சங்களைச் சேர்த்து நம் ப்ராண்டை, போட்டி ப்ராண்டைவிட இன்னமும் சிறந்ததாகக் காட்டலாம். இதனால் பல வாடிக்கையாளர்கள் விலை சற்றுக் கூடுதல் எனினும் நம் ப்ராண்டையே விரும்புவர்.

★ போட்டியாளர் விலைகுறைப்புக்கேற்ப நம் விலையைக் குறைப்பதும் ஒரு வழி. ஆனால் அதற்குமுன் நம் செலவுகளை முடிந்த வரை குறைப்பதன் மூலம் நம் லாபத்துக்கு எந்தக் கெடுதலும் வராமல் பார்த்துக்கொள்ள வேண்டும்.

★ போட்டியாளர் தன் ப்ராண்டின் விலையை வெகுவாகக் குறைத்தால், நாம் நம் ப்ராண்டின் விலையை உடனடியாகக் குறைக்காமல், விலை குறைவான இன்னொரு புதிய ப்ராண்டை அறிமுகப்படுத்தலாம். உதாரணமாக, மிகக் குறைந்த விலை யில் 'நிர்மா' அறிமுகப்படுத்தப்பட்ட பொழுது அதை எதிர் கொள்ள 'சர்ஃப்'ஆல் முடியாது என்பதை உணர்ந்த இந்துஸ் தான் லீவர், 'நிர்மா'வின் குறைந்த விலைக்கேற்ப 'வீல்' என்ற புதிய ப்ராண்டை அறிமுகப்படுத்தியது. இதனால் 'சர்ஃபும்' ஓரளவுக்குப் பாதுகாக்கப்பட்டதோடு 'நிர்மா'வின் அபரிமித மான வளர்ச்சியையும் ஓரளவுக்கேனும் தடுக்க முடிந்தது.

விநியோகம்

'என் கடைக்கு வருபவர்கள் எனது பணத்தை அவர்களது பர்ஸ்களில் எடுத்துக்கொண்டு வருகிறார்கள்.'

ஒரு பொருளை உருவாக்குவதில் உள்ள அம்சங்களைப் பார்த்தோம். அப்பொருளை ப்ராண்ட் ஆக மாற்றும் வழிமுறைகளை அறிந்து கொண்டோம். அப்பொருளுக்கு சரியான விலையை நிர்ணயிப்பது எப்படி என்பதையும் தெரிந்து கொண்டோம். அப்பொருளை வாடிக்கையாளரிடம் கொண்டு சேர்க்கும் கடமை இருக்கிறதே. அதாவது, பொருளின் 'விநியோகம்'. மார்க்கெட்டிங் மிக்ஸில் 'Place' என்று குறிப்பிடப்படுவது. அதைத்தான் இப்பொழுது அலசப் போகிறோம்.

பெரும்பான்மையான தயாரிப்பாளர்கள் தாங்கள் தயாரிக்கும் பொருள்களைத் தாங்களே வாடிக்கையாளர்களிடம் விற்பதில்லை. விற்கவும் முடிவதில்லை. அவர்களின் பொருள்களை வாடிக்கையாளர்களிடம் திறம்படக் கொண்டுபோய் சேர்ப்பது 'Distribution Channels'. Channels என்பது பல அங்கத்தினர்களைக் கொண்ட ஓர் அமைப்பு (Structure). இதில் ஸ்டாக்கிஸ்ட், டீலர், C&F ஏஜெண்ட், மொத்த வியாபாரிகள், சில்லறை வியாபாரிகள் என்று பலர் அடங்குவர்.

மார்க்கெட்டிங்கின் ஒரு முக்கியமான அங்கம் சேனல்கள். பொருள்களைத் தயாரித்தோம், கடைகளில் விற்றோம் என்று மேலோட்டமாக இருந்துவிட முடியாது. இருந்துவிடவும் கூடாது. பொருளைத் தயாரிக்க, பொசிஷனிங் செய்ய, விலையை நிர்ணயிக்க எவ்வளவு பிரயத்தனப்பட்டோமோ அதே அளவு முன்யோசனையுடனும் முயற்சியுடனும் சேனல் உத்தியை உருவாக்க வேண்டும்.

மார்க்கெட்டர் தேர்ந்தெடுக்கும் சேனல் அமைப்பு மார்க்கெட்டிங் மிக்ஸையும் மார்க்கெட்டிங் உத்திகளையும் பாதிக்கக்கூடியவை. விலையுயர்ந்த பொருள்களை 'பெட்டி' கடைகளில் விற்றால் அந்தப் பொருள்களின் மகத்துவம் மறைந்துவிடும். அதேபோல் பொருள்களின் தேவைகளுக்கேற்ப சேனல்களை தேர்ந்தெடுக்க வேண்டும். உதாரணமாக கம்ப்யூட்டர் போன்ற பொருள்களை Self Service கடைகளில் விற்க முற்படுவது அறிவீனம். ஏனெனில் கம்ப்யூட்டர் வாங்குவதற்குமுன் வாடிக்கையாளர்கள் ஆயிரத்தெட்டு கேள்விகள் கேட்டுத் தெரிந்துகொள்வார்கள். அவற்றுக்கு விளக்கமாகப் பதில் கூறி சேவை புரிய நன்கு பயிற்சியளிக்கப்பட்ட விற்பனையாளர்கள் உள்ள கடைகள் தேவை. அது போன்ற கடைகளைத் தேர்ந்தெடுத்து விநியோகிக்க வேண்டும்.

சேனல்களின் முக்கியத்துவத்தை அவை ஆற்றும் பணிகளில் இருந்து அறிந்து கொள்ளலாம். பெரும்பான்மையான தயாரிப்பாளர்களிடம்பட்டிதொட்டி எங்கும் கடை திறந்து அவர்களது பொருள்களை வாடிக்கையாளர்களிடம் நேரடியாக விற்கத் தேவையான பணபலம் இருப்பதில்லை. பம்பாயைச் சேர்ந்த 'மாரிகோ' நிறுவனம் தங்கள் 'பாராசூட்' தேங்காய் எண்ணெயை இந்தியாவின் ஒவ்வோர் ஊரிலும், ஊரில் உள்ள ஒவ்வொரு தெருவிலும் கடை தொடங்கி விற்க முடியுமா என்று நீங்களே சிந்தித்துப் பாருங்கள்.

சேனல்கள் புரியும் மற்றொரு முக்கியப் பணி பொருள்கள் அடங்கியிருக்கும் பெரிய கட்டுகளை உடைத்து அதை ஒன்றிரண்டாக வாடிக்கையாளர்களுக்கு விற்பது. அதாவது சில்லறை வியாபாரம். வாடிக்கையாளர்களில் பலர் சிகரெட்டை பாக்கெட்டாக வாங்கி ஊதித் தள்ளுவதில்லை. மாறாக தேவைப்படும்போது ஒன்றோ இரண்டோ வாங்குவர். மேலும் சேனல்கள் பல கம்பெனி பொருள்கள், பல மாடல்கள், பல வகைகள், பல அளவுகள் எல்லாவற்றையும் ஒரே இடத்தில் விற்று, வாடிக்கையாளர்களுக்கு தேவையானதைத் தேர்ந்தெடுக்கும் வசதியைச் செய்து கொடுக்கிறது.

சேனல்கள் எதற்கு? அவற்றை நீக்கிவிட்டால் சேனல் செலவுகளை மிச்சப்படுத்தலாமே என்று உங்களில் சிலர் நினைக்கலாம். இது தவறான எண்ணம் மட்டுமல்ல, தோல்விக்கு வழிவகுக்கும் எண்ணமும்கூட. ஏனெனில் சேனல்களை நீக்கிவிட்டாலும் சேனல்கள் புரியும் பணிகளை நீக்க முடியாது. மாறாக, அச்செயல்களை

சேனல்கள் புரியாமல் கம்பெனி ஏற்றுக் கொள்கிறது. அதனால் அச்செயலுக்கு உண்டான செலவுகளையும் ஏற்றுக் கொள்கிறது. தயாரிப்பாளரின் திறமை பொருள்களைச் சிறந்த முறையில் தயாரிப்பது. சேனல்களின் பணி அவற்றைத் திறம்பட வாடிக்கை யாளர்களுக்கு விற்பது. சேனல்களின் பணிகளைத் தயாரிப்பாளர் செய்ய முனைவது சலூனுக்குச் செல்லாமல் அந்தச் செலவை மிச்சப்படுத்தும் நோக்கத்தில் ஒருவர் தன் தலைமுடியைத் தானே வெட்டிக்கொள்வதற்கு ஒப்பான கண்றாவியில் போய் முடியும்!

சேனல்கள் என்பது ஓர் அமைப்பு. ஒரு Network. தயாரிப்பாளர் ஒருபுறம், வாடிக்கையாளர் மறுபுறம். இவர்களை இணைத்து பொருள்களைத் தயாரிப்பாளர்களிடமிருந்து வாடிக்கையாளர் களுக்கு எளிதாக, விரைவாக, குறைந்த செலவில் கொண்டு செல்ல உதவும் பாலம். சேனல்களில் பல ரகங்கள் உண்டு; பல வகைகள் உண்டு. பல அங்கத்தினர்கள் உண்டு. அதன் பல வகைகளை கீழே பார்க்கவும்.

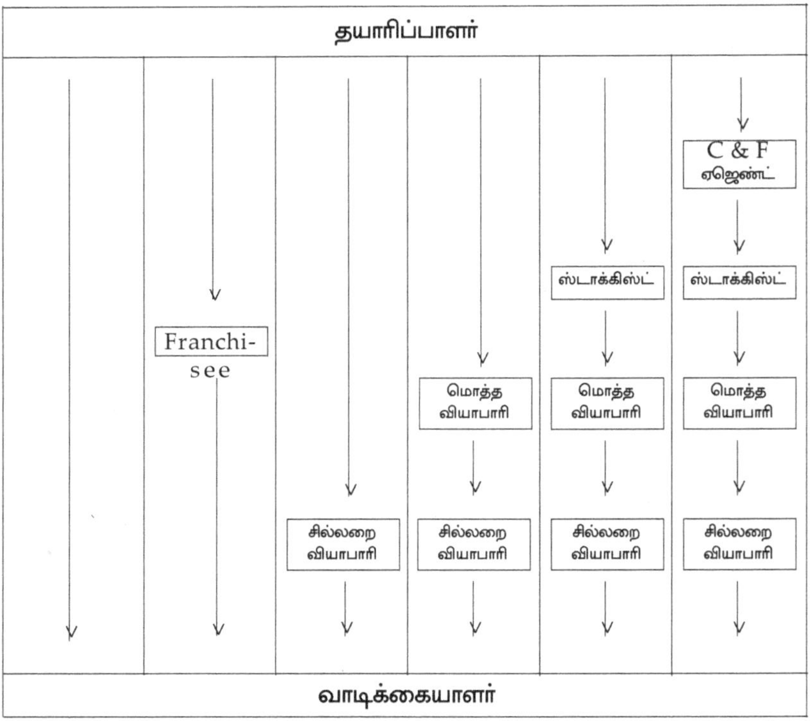

சேனல்களில் உள்ள முக்கிய உறுப்பினர்களை நாம் இப்பொழுது அறிமுகப்படுத்திக் கொள்வோம்.

Sole-selling Agent/Agents

பல தயாரிப்பாளர்கள் நாடெங்கும் அலுவலகம் அமைத்து விற்பனையாளர்களை நியமித்து விற்பனை செய்வதில்லை. செய்யத் துணிவதும் இல்லை. அவர்கள் தங்கள் சார்பில் விற்க 'ஏஜெண்டு'களை நியமிக்கிறார்கள். இவ்வகை ஏஜெண்டுகள் தங்களுக்கென்று ஆபீஸ், சேல்ஸ்மென் போன்ற அத்தியாவசிய அம்சங்களை அமைத்துக் கொண்டு தயாரிப்பாளரின் பொருள்களை விற்பனை செய்கிறார்கள். தாங்கள் விற்கும் அளவுக்கேற்ப கமிஷன் பெற்றுக் கொள்கிறார்கள். தயாரிப்பாளர் இவ்வகையில் ஒரே ஓர் ஏஜெண்டை நியமித்தால் அவருக்கு Sole-selling Agent என்று பெயர்.

Carrying and Forwarding Agents (C&F Agents)

தயாரிப்பாளர்கள் தங்கள் பொருள்களை எல்லா இடங்களிலும் விற்க ஒவ்வொரு ஊரிலோ அல்லது ஒவ்வொரு மாநிலத்திலோ C&F Agents-ஐ நியமிப்பர். இவர்கள் தயாரிப்பாளர்களிடமிருந்து பொருள்களை வாங்கி விற்பதில்லை. மாறாக தயாரிப்பாளர் களின் சார்பில் பொருள்களை ஊரில் உள்ள கடைகளில் விற்கின்றனர். அதற்கு உண்டான கமிஷனைப் பெறுகின்றனர்.

Stockist / Distributor

சேனல்களில் முக்கியமான அங்கம் ஸ்டாக்கிஸ்ட். இவர்களுக்கு டிஸ்டிரிப்யூட்டர் என்று இன்னொரு பெயரும் உண்டு. இந்தியா வில் பல கம்பெனிகள் உபயோகிக்கும் அங்கத்தினர் இவர். கம்பெனிகள் தங்களின் பொருள்களின் தரம், வகை, விலை களுக்கேற்ப ஒவ்வோர் ஊரிலும் ஒன்றோ இரண்டோ என்று தேவைக்கேற்ப ஸ்டாக்கிஸ்டுகளை நியமித்து அவர்களுக்குப் பொருள்களை விற்கிறார்கள். அதாவது பொருள்களுக்கான உரிமை கம்பெனியிடமிருந்து ஸ்டாக்கிஸ்டுக்கு மாறுகிறது. இவ்வகை விற்பனைக்கு Primary Sales என்று பெயர். பிறகு ஸ்டாக்கிஸ்டுகள் பொருள்களை ஊரில் உள்ள மொத்த வியாபாரிகளுக்கும் (Wholesaler) சில்லறை வியாபாரிகளுக்கும் (Retailer) விற்கின்றனர். இவ்வகை விற்பனைக்கு Secondary Sales என்று பெயர். இந்துஸ்தான் லீவர், கவின்கேர், மேரிக்கோ, பரஸ்

ஃபார்மசூட்டிகல்ஸ் போன்ற பல கம்பெனிகள் இவ்வகையில் தான் பொருள்களை விற்பனை செய்கின்றனர்.

நேரடி விற்பனை (Direct Selling)

சில சமயங்களில், சில பொருள் வகைகளில் தயாரிப்பாளரே வாடிக்கையாளர்களிடம் நேரடியாகப் பொருள்களை விற்க முனைவர். இதற்கு Direct Marketing என்று பெயர். வீடு வீடாகச் சென்று விற்பது, தபால் மூலமாக, இணையம் மூலமாக விற்பது, இப்பொழுது டி.வி.களில் பிரபலமாகிவரும் டெலிஷாப்பிங் மூலமாக விற்பது எல்லாமே இவ்வகை நேரடி விற்பனை முறைதான். சில சமயங்களில் தயாரிப்பாளரே சொந்தமாகக் கடைகள் திறந்து தங்கள் பொருள்களை மட்டுமே பிரத்யேகமாக விற்பதும் நேரடி விற்பனையே. டைட்டன் வாட்சுகள், கலர் ப்ளஸ் சட்டைகள் முதலியன இவ்வகை நேரடி விற்பனைக்குச் சிறந்த உதாரணங்கள்.

Franchising

சமீப காலங்களில் பிரபலமாகி வரும் மற்றுமொரு விநியோக முறை Franchising எனப்படுவதாகும். தயாரிப்பாளர்கள் ஒவ்வொரு ஊரிலும் திறமையான நபர்களையோ கடைகளையோ நியமித்து அவர்கள் மூலம் வாடிக்கையாளர்களுக்குப் பொருள்களை விற்கும் முறைதான் Franchising. இவ்வகை சேனல் அமைப்புக்கு சிறந்த உதாரணம் 'அருண் ஐஸ் க்ரீம்'. இந்நிறுவனம் தமிழ் நாடெங்கும் ஒவ்வொரு குறிப்பிட்ட இடத்துக்கும் ஒரு Franchisee (அதாவது நிறுவனம் நியமிக்கும் கடை) நியமித்து அக்கடைகளுக்கு ஐஸ் க்ரீமை சப்ளை செய்கின்றனர். Franchisee கடைகள் அதை வாடிக்கையாளர்களுக்கு விற்று அந்த விற்பனை அளவுக்கேற்ப லாபம் சம்பாதிக்கின்றனர். ஐஸ் க்ரீமைத் தயாரிப்பது, பொருளின் தரத்தைப் பராமரிப்பது, விளம்பரம் செய்வது எல்லாமே அருண் ஐஸ் க்ரீம் நிறுவனத்தின் பணிகள். சிறந்த முறையில் கடை திறந்து வாடிக்கையாளர்களுக்கு சேவை செய்து விற்பது Franchisee-யின் பணி. NIIT, SSI, Hot Breads, IOC, Hindustan Petroleum போன்ற நிறுவனங்கள் இம்முறையைப் பயன்படுத்துகின்றன.

Multi-Level Marketing (MLM)

சமீப காலமாக 'ஏவான்', 'டப்பர்வேர்', 'ஆம்வே', 'மோடி கேர்' போன்ற கம்பெனிகள் பிள்ளை பிடிப்பதுபோல் ஊரில் உள்ள

குடும்பத் தலைவிகளை வளைத்துப் பிடித்து அவர்கள் மூலம் தங்கள் பொருள்களை வாடிக்கையாளர்களுக்கு விற்பதைப் பார்த்திருப்பீர்கள். இதற்கு Multi-Level Marketing என்று பெயர். ஒரு விதத்தில் பார்க்கும்பொழுது இதுவும் ஒரு வகை நேரடி விற்பனைதான். இவ்வகையில் கம்பெனி முதலில் டிஸ்டிரிப்யூட்டர்களை நியமிக்கிறது. இவர்கள் கம்பெனியிடமிருந்து ஒரு குறிப்பிட்ட அளவுக்குப் பொருள்களை வாங்குகின்றனர். இதை இவர்கள் வாடிக்கையாளர்களிடம் வீடு வீடாக சென்று விற்கின்றனர். அது மட்டும் அல்லாது இவர்கள் தங்களுக்கு அடுத்தபடியாக இரண்டாம் கட்ட விற்பனைப் பிரதிநிதிகளையும் நியமிக்க வேண்டும். அவர்களையும் பொருள்களை விற்கத் தூண்டி அவர்கள் விற்கும் அளவில் ஒரு கமிஷனைப் பெறுகின்றனர். இந்த விநியோக முறை இன்று நாடெங்கும் ஒரு ஜுர வேகத்தில் பரவி ஒரு பெருங்கூட்டமே MLM ஜோதியில் ஐக்கியமாகி இருக்கிறது.

சேனல் வகைகளில் மிக முக்கியமானவற்றை மட்டுமே இங்கே பட்டியலிட்டுத் தெரிந்து கொண்டோம். மாறி வரும் மார்க்கெட்டிங் உலகில் பெருகி வரும் சந்தைப் போட்டிகளுக்கேற்ப இன்னமும் பல புதிய விநியோக முறைகள் முளைத்த வண்ணம் உள்ளன. தயாரிப்பாளர்களும் மார்க்கெட்டர்களும் இவற்றில் இருந்து தங்கள் பொருள்களின் தேவைக்கேற்பவும் தங்கள் பொருளாதார வசதிக்கேற்பவும் தோதான விநியோக முறையை தேர்ந்தெடுக்க வேண்டும். அப்படிச் சிறந்த விநியோக முறையை தேர்ந்தெடுப்பது எப்படி? அதற்குண்டான வழிமுறைகளை பட்டியலிட்டுப் பார்ப்போம்.

1. விநியோகக் குறிக்கோள்களை நிர்ணயம் செய்வது

மார்க்கெட்டிங் குறிக்கோள்களுக்கு ஏற்ப 'விநியோகக் குறிக்கோள்'களை வரையறுத்துக் கொள்வது முதல்படி. 'லைஃப்பாய்' சோப் ஒரு வெகுஜன (Mass) சோப், அதாவது இந்தியாவின் மூலை முடுக்கெல்லாம் விற்கப்பட வேண்டும் என்பது இந்துஸ்தான் லீவரின் மார்க்கெட்டிங் குறிக்கோள். அதற்கு ஏற்ப லைஃப்பாய் சோப்பை இந்தியாவின் 80% ஊர்களிலும் கிராமங்களிலும் கிடைக்குமாறு செய்வது அதன் விநியோகக் குறிக்கோள் என்று வரையறுத்தது. அதற்கேற்ப அந்நிறுவனம் ஸ்டாக்கிஸ்டு, C&F ஏஜெண்ட், மொத்த வியாபாரிகள், சில்லறை வியாபாரிகள் என்று விநியோக முறையை அமைத்தது மட்டுமல்லாமல், 'Project

Shakthi' என்ற ஒரு புதிய இயக்கத்தைத் தோற்றுவித்து கிராமப் பெண்களைக் கொண்டு அவர்கள் மூலம் கிராமங்களில் வீடு வீடாகச் சென்று, லைஃப்பாயை விற்றதால், இன்று லைஃப்பாய் இந்தியாவில் அதிக அளவில் விற்பனையாகும் சோப் என்று அந்தஸ்தைப் பெற்றிருக்கிறது.

2. பொருளின் தன்மைக்கேற்ப விநியோக முறையை நிர்ணயம் செய்வது

விற்கப்படும் பொருளின் தன்மைகளை ஆராய்ந்து அதற்கேற்ப விநியோக முறையை அமைத்துக் கொள்ள வேண்டும். விரைவில் கெட்டுவிடும் தன்மை கொண்ட பால், காய்கறி வகைகள், பழங்கள் போன்ற பொருள் வகைகளுக்கு நேரடி விற்பனையோ அல்லது Franchisee முறையோ சிறந்தது. அதற்குப் பதிலாக ஸ்டாக்கிஸ்ட், C&F Agent, மொத்த வியாபாரி, சில்லறை வியாபாரி என்று விநியோக முறையை அமைத்தால் பால் வாடிக்கை யாளரைப் போய் சேர்வதற்குள் தயிர் ஆகிவிடும்! அதேபோல் 'கம்ப்யூட்டர்', 'சாஃப்ட்வேர்', 'இயந்திரங்கள்' போன்ற பொருள் வகைகளை விற்க அதன் தரத்தை, செயல்பாட்டை, அம்சங்களை விளக்கி விற்க ஏதுவான நேரடி விற்பனை முறை, Franchising போன்றவற்றை அமைக்க வேண்டியிருக்கும்.

நாம் முன்னே பார்த்ததுபோல் விநியோக முறைகள் பல வகைப் படும். ஒவ்வொன்றும் ஒரு ரகம். ஒவ்வொன்றுக்கும் பிரத்யேக குணாதிசயம் உண்டு. மார்க்கெட்டர் தங்கள் பொருள்களின் தன்மைக்கு உகந்த விநியோக முறையைத் தேர்ந்தெடுக்க வேண்டும். அதே சமயம் கம்பெனியின் பொருளாதார வசதியை யும் கணக்கில் எடுத்துக் கொள்ள வேண்டியது அவசியம். சிறிய கம்பெனி எனில் தாங்களே ஊரெங்கும் பிரத்யேகமாகக் கடைகள் திறந்து தங்கள் பொருள்களை விற்பனை செய்வது என்பது முடியாத காரியம்.

3. போட்டியாளர் விநியோக முறையை ஆராய்வது

போட்டிப் பொருள்கள் எப்படி விநியோகிக்கப்படுகின்றன, போட்டியாளர்களின் 'விநியோக உத்தி' என்ன போன்றவற்றை முழுவதுமாக அறிந்துகொள்ள வேண்டும். போட்டியாளர் எப்படி விநியோகிக்கிறாரோ அதை அப்படியே 'ஈயடிச்சான்' காப்பி செய்ய வேண்டும் என்பதற்கு அல்ல. அவர்களின் விநியோக உத்தி, வெவ்வேறு விநியோக அம்சங்களைப் பயன்படுத்தும்

முறை முதலியவற்றை ஆராய்ந்து அதிலுள்ள சாதக அம்சங்களை எடுத்துக் கொண்டு பாதக அம்சங்களைக் களைந்து நமது விநியோக முறையை வகுத்துக் கொள்வது புத்திசாலித்தனம். பல கம்பெனி கள் 'போட்டியாளர் எவ்வழியோ அவ்வழியே தன் வழி' என்று போட்டியாளர்களின் விநியோக முறையை போலவே தங்களது விநியோக முறையை அமைக்கின்றனர். இப்படிச் செய்வதால் போட்டியாளருக்குப் பயன் கிடைப்பது போலத் தமக்கும் பயன் கிடைக்கும் என்று சொல்வதற்கில்லை. போட்டியாளர் விநியோக முறையை ஆராயும் அதே சமயம், நம் விநியோக முறையில் புதுமைகளைப் புகுத்த முடியுமா என்ற கண்ணோட்டத்தில் செயல்படுவது நல்ல பலன் தரும்.

பல வருடங்களுக்கு முன்பு 'சிக்' ஷாம்பு விநியோக முறையில் ஒரு புதுமையைச் செய்து காட்டியது. தேர்ந்தெடுத்த சில ஊர் களில் எப்பொழுதும் ஷாம்புகள் விற்கும் கடைகளைத் தவிர முடிதிருத்தகங்களிலும் சிக் ஷாம்புவை விற்க ஆரம்பித்தது. முடிவெட்டிக் கொள்ள வரும் வாடிக்கையாளர்கள் அங்கு முடி வெட்டிக் கொண்ட பிறகு வீட்டுக்குச் சென்று பெரும்பாலும் ஷாம்பு குளியல் செய்வதால் அந்த சலூனிலேயே ஷாம்புவைக் கையோடு வாங்கிச் சென்றனர். விற்கும் ஷாம்புக்களின் அளவுக் கேற்ப கமிஷன் தரப்பட்டதால், சலூன்காரரும் தன் வாடிக்கை யாளரிடம் தாஜா செய்து பேசி அதிக ஷாம்புகளை விற்க முற்பட்டனர். இதனால் சிக் ஷாம்புவின் விற்பனை அதிகரித்தது என்று சொல்லத் தேவையில்லை!

இப்படியாகப் பொருள்களின் தன்மைக்கேற்ப, கம்பெனியின் கொள்கைகளுக்கு ஏற்றவாறு, போட்டியாளர்களைவிடப் புதுமையாக விநியோக முறையை வகுப்பது வெற்றிக்கு வழி வகுக்கும். வெற்றிபெற, கம்பெனியும் விநியோகஸ்தர்களும் கணவன் மனைவி போல் இணைந்து செயல்படுவது அவசியம். ஆனாலும் பல சமயங்களில் விநியோக முறை அங்கத்தினர் களுக்கும் கம்பெனிகளுக்கும் மனஸ்தாபமும் சண்டை சச்சரவு களும் வருவது இயற்கை. கணவன் மனைவி போல் இணைந் தாலே பிரச்னைதானே? சண்டை சச்சரவு வராமல் தடுக்க, சண்டைகள் வருவதற்கான காரணங்கள் என்ன என்பதை அறிவது முக்கியம்.

சண்டை வருவதற்கான காரணங்களை இப்பொழுது பார்ப் போம்.

★ சில சமயங்களில் கம்பெனிகள் தங்கள் பொருள்களை மற்ற கடைகளில் விற்பதோடல்லாமல், தாங்களே சொந்தமாகக் கடை திறந்து அதே பொருள்களை விற்க முற்படுவார்கள். உதாரணமாக 'சோனி டி.வி.'யை அந்நிறுவனம் 'சோனி வோர்ல்ட்' என்ற தங்களின் சொந்தக் கடைகளில் விற்கிறது. அதே நேரத்தில் சோனி டி.வி.யை 'விவேக்ஸ்', 'வசந்த் அண்ட் கோ.', 'ஜெயின்சன்ஸ்' போன்ற கடைகளுக்கும் விநியோகித்து விற்கிறது. சோனி டி.வி. வாங்க வாடிக்கையாளர்கள் அதிக அளவில் 'சோனி வோர்ல்'டுக்கு செல்லும் பட்சத்தில், தங்கள் வாடிக்கையாளர்களை இழுக்கிறோம் என்று விவேக்ஸூம் மற்ற கடைக்காரர்களும் சோனி கம்பெனி மீது கோபம் கொண்டு, 'சோனி டி.வி.'யை இனி விற்பதில்லை என்று கூறக்கூடிய சாத்தியக்கூறுகள் உண்டு.

இதுபோன்ற சமயங்களில் சோனி கம்பெனி தங்கள் 'சோனி வோர்ல்டை' மற்ற பெரிய கடைகளுக்கு அருகில் திறக்காமல் இருக்க முயற்சி செய்யலாம். சோனியைப் போலவே முன்பு பி.பி.எல். (BPL) கம்பெனியும் தங்கள் பொருள்களைப் பெரிய கடைகளிலும் விற்று, 'பி.பி.எல். காலரி' என்று தங்கள் பொருள்களைப் பறைசாற்றும் பிரத்யேகக் கடைகளையும் திறந்தது. ஆனாலும் மற்ற கடைகளுக்குப் போட்டியாக மாறாமல் சண்டைகள் வராமல் பார்த்தும் கொள்ளும் பொருட்டு 'பி.பி.எல். காலரி'யில் தங்கள் பொருள்களை வெறும் காட்சிப் பொருள்களாக வைத்து அதை வாங்க வரும் வாடிக்கையாளர்களை அவர்கள் வீட்டுக்கு அருகே உள்ள மற்ற பெரிய கடைகளுக்கு அனுப்பி வைத்தனர்.

★ ஒரு கம்பெனி தன் பொருள்களை மற்ற கடைகளில் விற்று தங்கள் சொந்தக் கடைகளிலும் மற்ற கடை விலைகளை விடக் குறைவாக விற்றால் மற்ற கடைகள் வாடிக்கையாளர்களை இழக்க வேண்டி வரும். அவர்கள் கம்பெனியுடன் மல்லுக்கட்டிக் கொண்டு நிற்பார்கள். உதாரணமாக 'வேன் ஹூசன்' சட்டைகளை அந்நிறுவனம் தங்கள் சொந்த 'வேன் ஹூசன்' ஷோரூம்களில் குறைந்த விலைக்கு விற்கத் தொடங்கினால், அந்தச் சட்டைகளை வாங்கும் வாடிக்கையாளர் கூட்டம் 'லைஃப்ஸ்டைல்', 'ஷாப்பர்ஸ் ஸ்டாப்', 'க்ளோபஸ்' போன்ற கடைகளை விடுத்து, வேன் ஹூசன் ஷோரூம்களுக்கே படையெடுப்பர். அச்சமயங்களில் மற்ற

கடைக்காரர்கள் வேன் ஹூசென் சட்டைகளை பிரிட்டிஷ் காலத்தில் அந்நியத் துணிமணிகளை இந்திய விடுதலை விரும்பிகள் பஹிஷ்கரித்தது போல் பஹிஷ்கரித்தாலும் ஆச்சரியப்படுவதற்கில்லை. இதைத் தடுக்க வேன் ஹூசென் சட்டைகளுக்கு விலைக் குறைப்பு செய்யும்போது அதைத் தன் கடைகளுக்கு மட்டுமே ஓரவஞ்சனையுடன் செய்யாது எல்லாக் கடைகளுக்கும் செய்வது பயன் தரும்.

★ விநியோகச் சண்டைகளுக்கு மற்றுமொரு முக்கியக் காரணம், 'Under-cutting'. தமிழில் சொல்ல வேண்டுமானால், 'கழுத்தறுப்பு'. ஒரு கம்பெனி தன் பொருள்களை ஓர் ஊரில் அதிக விற்பனை செய்ய அந்த ஊரில் உள்ள கடைகளுக்கு அதிக கமிஷன் கொடுத்து விற்கிறது என்று வைத்துக் கொள்வோம். அதிக கமிஷன் பெற்றுக் கொள்ளும் கடைக் காரர் அதே பொருள்களைக் குறைந்த கமிஷன் பெறும் பக்கத்து ஊர்க் கடைகளுக்குத் தாமாகவே விற்று விடலாம். இதனால் அந்த கம்பெனிக்கு பக்கத்து ஊர்களில் தங்கள் பொருள்களை விற்க முடியாமல் போவதோடு அவ்வூர் கடைக்காரர்களுடன் சண்டை வருவதற்கும் சாத்தியக்கூறுகள் உண்டு. சிறிய கம்பெனிகளால் இவ்வகை Under-cutting-ஐத் தடுப்பது கடினம் என்றாலும், முடிந்தவரை கமிஷன் அளவை எல்லா ஊர்களிலும் ஒரே சீராக வைத்துக் கொள்வது சண்டைகளைத் தவிர்க்கும்.

'சீ... போங்க வெக்கமா இருக்கு!'

போரிடும் பொழுது வேண்டுமானால் எந்த ஆண் மகனும் புறமுதுகு காட்டாமல் இருக்கலாம். ஆனால் ஒரு குறிப்பிட்ட பொருள் வகையை வாங்க எந்த ஆண்மகனும் புறமுதுகு காட்டியே தீருவான். வெட்கத்தால் நாணிக் கூனிக் குறுகி நெளிவான். அந்தப் பொருள் வகைதான் 'ஆணுறை'. எந்த ஆணும் வெட்கப்பட்டே தீர வேண்டும் அதை வாங்கும் பொழுது. நீங்கள் இளிப்பதைப் பார்த்தால் அனுபவப்பட்டிருப் பீர்கள் போலிருக்கிறதே!

வாங்க வெட்கப்பட வைக்கும் இந்தப் பொருள் வகையை விற்க விநியோக முறை பெரும் பங்கு வகிக்கிறது. விநியோகத்தில் எப்படிச் சில நிறுவனங்கள் புதுமைகளைப் புகுத்தியிருக்கின்றன என்பதைப் பார்ப்போம்.

ஆணுறையை ஆண்கள்தான் வாங்குகிறார்கள் என்று சொல்லத் தேவையில்லை. அவர்கள் வெட்கப்படுவதற்கு ஒரு முக்கிய மான காரணம், பலசரக்குக் கடைகளிலோ, பல்பொருள் அங்காடிகளிலோ வாங்கும்பொழுது அருகில் மற்ற பெண் வாடிக்கையாளர்களும் இருப்பார்கள் என்பதே. கூச்சமாக இருக்காதா பின்னே? இதை உணர்ந்துதான் ஆணுறை நிறுவனங் கள் தங்கள் பொருள்களை மருந்துக் கடைகளில் (Pharmacy) விற்கத் தொடங்கின. ஏனெனில் மருந்துக் கடைகளில் கூட்டம் குறைவு. முக்கியமாக, மருந்துக் கடைகளுக்கு வரும் வாடிக்கையாளர் களில் பெரும்பான்மையோர் ஆண்களே. இதனால் ஆணுறை வாங்க மற்றக் கடைகள் அளவுக்குக் கூச்சப்படத் தேவையில்லை!

'காமசூத்ரா' என்னும் ஆணுறை ப்ராண்ட் இதற்கு ஒருபடி மேலே சென்று இணையத் தளம் (www.ksontheweb.com) மூலம் ஆர்டர் செய்தால் தங்கள் ஆணுறைகளை வாடிக்கையாளர் வீட்டுக்கே நேரடியாகவே டெலிவரி செய்கிறது. உங்களுக்குத் தேவைப் படும் நேரத்தில் ஆணுறை சுடச்சுட ரெடி!

இனி வெட்கப்படத் தேவையில்லை. கடையில் நின்று நாணிக் கோணவும் தேவையுமில்லை.

மார்க்கெட்டிங் கம்யூனிகேஷன்

'விளம்பரம் வேலை செய்வது, புல் வளர்வது போல.
வளர்வது நம் கண்களுக்குத் தெரிவதில்லை.
ஆனால் வாராவாரம் வெட்ட வேண்டியுள்ளது!'

ஒரு வழியாக மார்க்கெட்டர் கைவசம் ப்ராண்ட் ரெடி. வாடிக்கையாளர் தேவையறிந்து தயாரிக்கப்பட்டு அவரைக் கவரும் விதத்தில் பொசிஷனிங் செய்யப்பட்டு, அவர் வாங்கக்கூடிய விலை நிர்ணயிக்கப்பட்டு, அவர் எளிதாக வாங்க வசதியாக விநியோகமும் செய்யப்பட்டுவிட்டது. இனி ஒன்றுதான் பாக்கி. யாருக்காக இத்தனை பிரயத்தனப்பட்டு ப்ராண்டை ரெடி செய்தோமோ அந்த வாடிக்கையாளருக்கு ப்ராண்டை அறிமுகப் படுத்தி, அவரை வாங்கத் தூண்ட வேண்டும். அதற்குத் தேவை மார்க்கெட்டிங் தகவல் தொடர்பு (Marketing Communications). மார்க்கெட்டிங் மிக்ஸின் கடைசி 'P' - Promotion. அதைத்தான் இப்பொழுது அலசப் போகிறோம்.

மார்க்கெட்டிங் தகவல் தொடர்பு என்பது வாடிக்கையாளரிடம் நேரடியாகவோ மறைமுகமாகவோ ப்ராண்டை அறிமுகப் படுத்தி அவரை வாங்கத் தூண்டச் செய்யும் முயற்சிகளையும் செயல்களையும் குறிப்பவையாகும். ஒருவகையில் பார்த்தால் மார்க்கெட்டிங் தகவல் தொடர்பு என்பது ப்ராண்டின் குரல். வாடிக்கையாளரிடம் பேசி, நட்பு கொண்டு, அவருடன் ஒரு நீண்ட உறவு மலர உதவும் வழிமுறை.

மார்க்கெட்டிங் தகவல் தொடர்பு என்பது பொருளை டி.வி. யிலும் ரேடியோவிலும் விளம்பரப்படுத்துவது மட்டுமே என்று பலர் தவறாக எண்ணிக் கொண்டிருக்கிறார்கள். விளம்பரங்கள்

தகவல் தொடர்பின் ஓர் அங்கம். அவ்வளவே. விளம்பரங்கள் இல்லாமலும் ப்ராண்டை வாடிக்கையாளர்களிடம் அறிமுகம் செய்து அவரை வாங்கத் தூண்டலாம். விளம்பரங்கள் முக்கியமில்லை என்பதல்ல இதன் பொருள். விளம்பரங்களைத் தவிர இன்னும் பல அம்சங்களின் கலவைதான் மார்க்கெட்டிங் தகவல் தொடர்பு. அதன் முழு வலிமையையும் உணர்வது மார்க்கெட்டருக்குப் பயன்தரும்.

மார்க்கெட்டிங் தகவல் தொடர்பு என்பது ஆறு முக்கிய அம்சங்களைக் கொண்ட ஒரு கலவை.

1. விளம்பரம் (Advertising)
2. விற்பனை மேம்பாட்டுச் சலுகைகள் (Sales Promotion)
3. பொதுஜனத் தொடர்பு (Public Relations)
4. நேரடி மார்க்கெட்டிங் (Direct Marketing)
5. சிறப்பு நிகழ்ச்சிகள் (Events and Experiences)
6. நேரடி விற்பனை (Personal Selling)

இந்த ஆறு அம்சங்களும் தகவல் தொடர்பில் முக்கியமான அம்சங்களே ஒழிய, இவை மட்டுமே தகவல் தொடர்பு ஆகிவிடாது. வாடிக்கையாளருக்கு ப்ராண்டை அறிமுகம் செய்து அவரை வாங்கத் தூண்டுவதுதான் தகவல் தொடர்பு என்றால், ப்ராண்டைப் பற்றிய எந்த ஒரு சிறிய தகவலும்கூட தகவல் தொடர்புதானே. அப்படிப் பார்க்கும்பொழுது பொருளைச் சுற்றியுள்ள பேக்கேஜிங், பொருளின் வடிவமைப்பு, வண்ணம், கடையின் தோற்றம், சேல்ஸ்மென் அணிந்திருக்கும் உடை, அவர் நடந்து கொள்ளும் விதம் என இவை எல்லாமே மார்க்கெட்டிங் தகவல் தொடர்புதான். ஏனெனில் ஒவ்வொன்றும் ப்ராண்டைப் பற்றிய ஒரு தகவலைத் தெரிவிப்பதால் அனைத்தும் தகவல் தொடர்புதான். சுருங்கச் சொன்னால், ப்ராண்டும் வாடிக்கை யாளரும் சந்திக்க நேரும் தருணங்கள் அனைத்திலும் ஏதேனும் தகவல் பரிமாற்றம் நடக்கிறது. அது நல்லதாக இருக்கும் பட்சத்தில் ப்ராண்டுக்கு வலிமை சேர்கிறது. தவறான தகவல் பரிமாற்றம் ஏற்படும்போது ப்ராண்ட் வலிமையிழக்கிறது.

உதாரணத்துக்கு நீங்கள் தெருவில் சென்று கொண்டிருக்கும் பொழுது 'தி சென்னை சில்க்ஸ்' என்று இருபுறமும் எழுதப்

பட்டிருக்கும் சென்னை சில்க்ஸ் வேன் உங்களை இடித்தபடிச் செல்கிறது. நீங்கள் கீழே விழுந்து அடி பட்டுக்கொள்கிறீர்கள் என்று வைத்துக் கொள்வோம் [ஒரு பேச்சுக்குத்தான்]. நீங்கள் என்ன சொல்வீர்கள்? 'சென்னை சில்க்ஸ்காரன் என் மேல வந்து வண்டிய மோதிட்டான் சார்' என்பீர்களா மாட்டீர்களா? ஏதோ சென்னை சில்க்ஸுக்கு உங்கள் மீது ஜென்மாந்தரப் பகை போலவும், திட்டமிட்டு, சதித் திட்டம் தீட்டி, தேடி வந்து உங்களை மோதிவிட்டது போலவும் நீங்கள் நினைப்பீர்கள். ஊரெல்லாம் சென்று புலம்பித் தீர்ப்பீர்கள்.

'சென்னை சில்க்ஸ்' வண்டி உங்களை மோதியபொழுது நடந்தது ஒரு தகவல் பரிமாற்றம். அது திட்டமிட்டது இல்லை என்றாலும் தகவல் பரிமாற்றம் ஏற்பட்டது. ப்ராண்டின் மீது ஒரு கெட்ட அபிப்பிராயத்துக்கு வழி வகுத்துவிட்டது. மார்க்கெட்டிங் தகவல் தொடர்பைப் பற்றி மேலும் அலசுவதற்குள் நாம் தகவல் பரிமாற்ற முறையை அறிந்து கொள்வது நல்லது. தகவல் தொடர்பு வல்லுநர்கள் தகவல் பரிமாற்றம் நடக்கும் விதத்தை ஓர் அமைப்பின் (Model) மூலம் விளக்கியுள்ளனர். இந்த அமைப்புக்கு Macromodel of Communication Process என்று பெயர்.

தகவல் தொடர்பு வரைமுறை

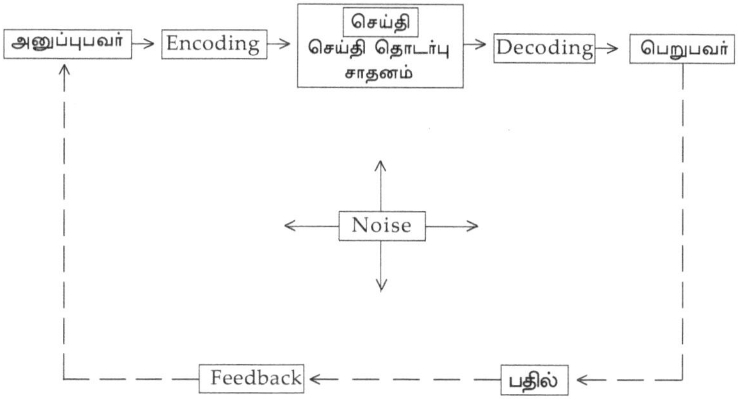

நாம் படத்தில் காணும் மாதிரியில் ஒன்பது அம்சங்கள் இருப்பதைக் கவனியுங்கள். தகவலை அனுப்புபவர், தகவலைப் பெறுபவர் என்று இரண்டு முக்கிய நபர்கள். செய்தி மற்றும்

செய்தித் தொடர்பு சாதனம் என்கிற இரண்டு தகவல் தொடர்புக் கருவிகள். Encoding, Decoding, Response மற்றும் Feedback என்னும் நான்கு தகவல் தொடர்புச் செயல்பாடுகள். ஒன்பதாவதாக Noise என்கிற இடர்பாடுகள். இந்த ஒன்பது அம்சங்களைக் கொண்ட அமைப்புதான் தகவல் பரிமாற்ற மாதிரி. தகவல் தொடர்பு எப்படி சாத்தியப்படுகிறது என்பதையும் மார்க்கெட்டருக்கு இந்த அமைப்பு எப்படிப் பயன்படுகிறது என்பதையும் இப்பொழுது பார்ப்போம்.

தகவலை அனுப்புபவர் முதலில் தகவல் பெறுபவரை சந்தேகத்துக்கு இடமில்லாமல் இனங்கண்டு கொள்வது முக்கியமான முதல் பணி. அதோடு அனுப்புபவர் பெறுபவரிடமிருந்து பெற விரும்பும் பதிலையும் (Response) முடிவு செய்துகொள்ள வேண்டும். அடுத்து, தகவலைப் பெறுபவர் தகவலைப் புரிந்து கொள்ளும் வகையில் அதை Encode செய்து அனுப்ப வேண்டும். இதற்கு, தகவல் பெறுபவர் தகவலை எவ்வாறு Decode செய்கிறார் என்பதைப் புரிந்துகொண்டுஅதற்கேற்பத் தகவலை Encode செய்வது அவசியம். தகவலை அனுப்புபவர் தன் இஷ்டப்படி தகவலை Encode செய்யாமல் தகவல் பெறுபவரின் Decode செய்யும் முறைப்படி செய்வது மிக முக்கியம். அப்பொழுதுதான் பெறுபவரால் தகவலைப் புரிந்து கொள்ள முடியும். இல்லையேல் தகவலை அனுப்புபவர் நினைப்பது ஒன்று, பெறுபவர் புரிந்துகொண்டது வேறொன்றாக முடியும்.

பல வருடங்களுக்கு முன் ஒரு பெரிய அமெரிக்க கம்பெனி தங்கள் சலவைத்தூளை மத்திய கிழக்கு நாடு ஒன்றில் அறிமுகப்படுத்தியது. வாடிக்கையாளர்களை வாங்கத் தூண்டும் பொருட்டு இடமிருந்து வலமாக மூன்று படங்களைக் கொண்ட பத்திரிகை விளம்பரம் ஒன்றைத் தயாரித்து வெளியிட்டது. முதல் படத்தில் அழுக்குத் துணிகள் கொண்ட வாளியுடன் ஒரு பெண்மணி நின்று கொண்டிருக்கிறார். இரண்டாவது படத்தில் அப்பெண்மணி அந்த அழுக்குத் துணிகளை அந்த கம்பெனியின் சலவைத்தூள் உள்ள வாளியில் நனைத்தெடுக்கிறார். மூன்றாவது படத்தில் அந்த வாளியிலிருந்து சுத்தமான துணிகளை எடுத்து நமக்குக் காட்டுகிறார். கதை புரிகிறதல்லவா? அழுக்குத் துணிகளை அந்தச் சலவைத்தூளால் துவைத்தால் சுத்தமாகிவிடும் என்று நம்மூர் குழந்தைக்குக்கூட புரிகிற விதத்தில் பின்னப்பட்ட விளம்பரம்.

ஆனால் நடந்தது என்ன? அந்த சலவை ப்ராண்ட் மார்க்கெட்டில் படுதோல்வி அடைந்தது. உலகெங்கும் சக்கை போடு போடும் தன் ப்ராண்ட் அந்த நாட்டில் மட்டும் ஏன் தோல்வியடைந்தது என்ற ஆராய்ச்சியில் இறங்கியது அந்த அமெரிக்க கம்பெனி. காரணத்தை ஒரு வழியாக கண்டுபிடிக்கவும் செய்தது. அரபு மொழி பேசும் அந்த நாட்டு மக்கள் தங்கள் தாய்மொழியைப் படிப்பது போல் வலமிருந்து இடமாக அந்த விளம்பரத்தை படித்தனர். சுத்தமான துணிகளுக்கு அந்த சலவை ப்ராண்டை உபயோகித்தால் அழுக்கான துணிகளாகும் என்பதுதான் அவர்கள் அந்த விளம்பரத்தை பார்த்துப் புரிந்து கொண்டது. எந்தப் பெண்மணிதான் பின்பு அந்த ப்ராண்டை வாங்குவார்?

இந்த உண்மைக் கதை சொல்லும் பாடம் இதுதான். தகவலை பெறுபவர் எவ்வாறு தகவலை Decode செய்து அதைப் புரிந்து கொள்ள முயற்சி செய்கிறாரோ அந்த முறையில்தான் அனுப்பு பவர் தகவலை Encode செய்து தர முற்பட வேண்டும். இல்லை யேல் கதை கந்தல்தான்!

சரி, மார்க்கெட்டர் வாடிக்கையாளர்களை கவர்ந்திழுக்கும் வகை யில் தகவல் தொடர்பை எப்படி வடிவமைக்க வேண்டும் என்பதை இப்பொழுது பார்ப்போம். இதற்கு மார்க்கெட்டிங் வல்லுநர்கள் எட்டுப் படிகளை கொண்ட வரைமுறையை வடிவமைத்துள்ளனர்.

1. வாடிக்கையாளரை இனங்கண்டு கொள்வது

தகவல் தொடர்பு வழிமுறையின் முதல் படி, முக்கியப் படி, வாடிக்கையாளர்களைத் தெளிவாக இனங்கண்டு கொள்வது. ப்ராண்டுக்குத் தோதான வாடிக்கையாளர் யார், அவரை வாங்கத் தூண்டுபவர் யார், உபயோகிப்பவர் வேறு யாராவதா போன்ற கேள்விகளுக்கு விடை காண வேண்டும். வாடிக்கையாளரின் தன்மைக்கேற்ப, தான் என்ன சொல்ல வேண்டும், அதை எப்படிச் சொல்ல வேண்டும், எப்பொழுது சொல்ல வேண்டும், எங்கு சொல்ல வேண்டும், யாரிடம் சொல்ல வேண்டும் என்பதை முடிவு செய்ய முடியும்.

கண்டவுடன் மலர மார்க்கெட்டிங் ஒன்றும் காதல் அல்ல. தீர ஆராய்ந்து ஆர அமர யோசித்தபிறகு வருவது அது! வாடிக்கை யாளரின் குணாதிசயங்கள் என்ன, நம் ப்ராண்டை அறிந்தவரா,

அறியாதவரா, நம் ப்ராண்டை உபயோகிப்பவரா, ப்ராண்ட்களை மாற்றாத ஏகபத்தினி விரதரா, அடிக்கடி ப்ராண்ட்களை மாற்றும் ஏகப்பட்ட பத்தினி விரதரா, அத்தி பூத்தாற்போல எப்பொழு தாவது மட்டுமே நம் ப்ராண்டை உபயோகிப்பவரா, அகல உழுவதைவிட ஆழ உழுவதே மேல் என்று நம் ப்ராண்டை மட்டுமே அதிகம் உபயோகிப்பவரா போன்ற கேள்விகளுக்கும் விடை காண முற்பட வேண்டும்.

2. தகவல் தொடர்பு நோக்கங்களை நிர்ணயம் செய்வது

விலையை நிர்ணயிக்கும் பொழுது எப்படி விலையின் நோக்கங் களை வகுத்துக் கொள்வது அவசியமோ, அதேபோல் தகவல் தொடர்புக் கொள்கையை வடிவமைத்துக் கொள்ளும் பொழுது அதன் நோக்கங்களை வரையறுத்துக் கொள்வது அவசியம். நோக்கம் என்று தனியாக ஒன்று எதற்கு? விற்பனையை அதிகரிக்கத்தானே மார்க்கெட்டிங் தகவல் தொடர்பு என்று பலர் நினைக்கலாம். விற்பனையை அதிகரிப்பது என்பது இறுதி இலக்கு. அந்த இலக்கை அடைய எத்தனையோ மார்க்கங்கள், வழிமுறைகள், இடைஞ்சல்கள் இருக்கலாம். ப்ராண்டின் தன்மை, அது சார்ந்த பொருள் வகையின் தன்மை, கம்பெனியின் தன்மை, வாடிக்கையாளர்களின் மனநிலை, குணாதிசயங்களுக் கேற்ப தகவல் தொடர்பின் நோக்கங்களை வகுத்துக் கொள்ள வேண்டும். தகவல் தொடர்பின் நோக்கங்கள் பல வகைப்படும்.

★ வாடிக்கையாளர்கள் இதுவரை கண்டிராத புதிய பொருள் வகையை அறிமுகப்படுத்தும் பொழுது அந்த ப்ராண்டைப் பற்றி மட்டுமே இல்லாமல் அப்புதிய பொருள் வகையை அறிமுகப்படுத்தி அதன் பயன்களைப் புரிய வைப்பதே தகவல் தொடர்பின் நோக்கமாக இருக்கும். பல வருடங் களுக்கு முன்னால் ‘மை டியர் குட்டிச்சாத்தான்’ என்கிற 3D சினிமாப் படம் வந்தது உங்களுக்கு நினைவிருக்கலாம். இந்தியாவில் 3D தொழில் நுட்பத்துடன் தயாரிக்கப்பட்ட முதல் திரைப்படம் அது. மற்ற படங்களைப் போல் இல்லாமல் இப்படத்தின் தயாரிப்பாளர்கள் வெறும் படத்தை மட்டுமே விளம்பரப்படுத்தாமல், 3D என்றால் என்ன, அதன் சிறப்பு அம்சங்கள் என்னென்ன, அப்படத்தை பிரத்யேக கண்ணாடி மூலம் எப்படிப் பார்க்க வேண்டும் என்று விளக்கி விளம்பரப்படுத்தினர். அதாவது ப்ராண்டை மட்டுமே (மை டியர் குட்டிச்சாத்தான்) விளம்பரப்படுத்தாமல் அந்த

ப்ராண்டைச் சார்ந்த பொருள் வகையை (3D படம்) விளக்கி விளம்பரப்படுத்தினர். அதனால் படமும் பெரும் வெற்றி பெற்றது.

★ வாடிக்கையாளர் ஒரு ப்ராண்டை வாங்க முதல் தேவை அந்த ப்ராண்டைப் பற்றிய அறிமுகம். இதை 'Brand Awareness' என்று கூறுவர். 'அறிமுகம் புதிய...', 'வந்துவிட்டது தகர்த்தெறியும் புதிய ஃபார்முலா கொண்ட...', 'அறிமுகப்படுத்துகிறோம் புதிய...' என்று கூறும் விளம்பரங்கள் செய்வது புதிய ப்ராண்டை வாடிக்கையாளர்களுக்கு அறிமுகம் செய்து வைப்பதே. புதிய ப்ராண்டை அறிமுகப்படுத்தும் பொழுது தகவல் தொடர்பின் நோக்கம் ப்ராண்டைப் பற்றிய விழிப் புணர்வை (Brand Awareness) வளர்ப்பதாக இருக்க வேண்டும்.

★ வாடிக்கையாளர்களுக்கு ஏற்கெனவே அறிமுகமான ப்ராண்ட் எனில் அது மற்ற போட்டியாளர் ப்ராண்ட்களை விட எப்படிச் சிறந்தது என்று விளக்கி விளம்பரப்படுத்து வதே தகவல் தொடர்பின் நோக்கமாக இருக்க வேண்டும். கடும் போட்டி நிலவும் சோப் மார்க்கெட்டில் தன்னை தனித்து நிறுத்திக் காட்ட 'ஹமாம்' தன் ஹெர்பல் நற்குணங் களைப் பறைசாற்றும் வகையில் விளம்பரப்படுத்துவது இவ்வகை நோக்கத்துக்கு எடுத்துக்காட்டு.

★ மார்க்கெட்டிங் தகவல் தொடர்பு புதிய வாடிக்கையாளர் களை கவர்வதற்கு மட்டுமே இருக்க வேண்டும் என்ற அவசியம் இல்லை. சில சமயம் ப்ராண்டை உபயோகித்து வரும் வாடிக்கையாளர்களுக்கு ஏதேனும் புதிய தகவல் சொல்ல வேண்டியும் இருக்கலாம். உதாரணமாக 'ஏர்செல்' மொபைல் போன் கம்பெனி 'வாடிக்கையாளர் சேவையில் No.1 என்று ஆய்வு கூறுகிறது' என்று விளக்கும் விளம்பரங் களை நீங்கள் பார்த்திருக்கலாம். 'நாங்கள்தான் பெஸ்ட்; எங்கள் சேவையையே தேர்ந்தெடுங்கள்' என்றெல்லாம் கூறாமல், தாங்கள் பெற்ற No.1 தகுதியை மட்டுமே கூறுவதை கவனித்திருக்கலாம். அவ்வகை விளம்பரம் புதிய வாடிக்கை யாளர்களைப் பெற முயற்சி செய்வதில்லை. மாறாக ஏர்செல் வாடிக்கையாளர்களைக் குறிவைத்து 'ஓஹோ! நாம் தேர்ந் தெடுத்த மொபைல் சர்வீஸ்தான் தரம் வாய்ந்தது போலும். நல்ல தேர்வுதான் செய்திருக்கிறோம்' என்று அவர்களை எண்ணத் தூண்டும் நோக்கத்துடன் வடிவமைக்கப்பட்டது.

★ பெரும்பாலும் வாடிக்கையாளர்களை வாங்கத் தூண்டும் வகையில்தான் தகவல் தொடர்புகள் அமையும். சில சமயம் வாடிக்கையாளர்கள், ப்ராண்டை நன்கு அறிந்திருந்தும் அதன் சிறப்பம்சங்களை உணர்ந்திருந்தும் ஏதோ சில காரணங் களுக்காக, அல்லது காரணமே இல்லாமல்கூட, வாங்காமல் இருக்கலாம். அது போன்ற சமயங்களில் வாடிக்கையாளரை எப்படியாவது வாங்கத் தூண்டும் நோக்கத்துடன் தகவல் தொடர்பு அமையக்கூடும். 'ஒன்று வாங்கினால் ஒன்று இலவசம்', 'சோப்பு வாங்கினால் சீப்பு ஃப்ரீ' போன்ற விளம்பரங்கள் இவ்வகை நோக்கத்துக்கு உதாரணம்.

3. தகவல் தொடர்பை வடிவமைப்பது

தகவல் தொடர்பை வடிவமைப்பது என்பது மூன்று முக்கியக் கேள்விகளுக்கு விடை காண்பது. என்ன தகவல் சொல்ல வேண்டும், எப்படிச் சொல்ல வேண்டும், யார் சொல்ல வேண்டும் என்பதுதான் அந்த மூன்று கேள்விகள்.

தகவல் தொடர்பு வடிவமைப்பதில் முதல் பணி 'என்ன தகவல் சொல்வது' என்பதை முடிவு செய்வது. அதாவது தகவல் உத்தி (Message Strategy). வடிவமைக்கப்படும் தகவல் ப்ராண்டின் பொசிஷனிங்கைத் தெளிவாக எடுத்துரைப்பதாக இருக்க வேண்டும்.

தகவல் தொடர்பு சிறப்பாக அமைய தகவல் சொல்லும் முறையும் தெளிவாக அமைய வேண்டும். இதை Creative Strategy என்பர். பொதுவாக தகவல் சொல்லப்படும் விதம் இரண்டு வகைப்படும்: Informational appeal, Transformational appeal.

Informational appeal என்பது விளம்பரப்படுத்தப்படும் பொருளை, அதன் தன்மையை, அதன் பயன்களை மட்டுமே விளக்குவ தாகும். அதாவது பொருளைப் பற்றிய தகவலை மட்டுமே தருவது. இது பல விதங்களில் அமையலாம். ஒன்று, ஒரு பிரச்னைக்கு தீர்வாக அமைவது. 'அனாசின் உட்கொண்டால் தலைவலி நீங்கும்' என்று கூறும் விளம்பரம்.

இரண்டு, ப்ராண்டின் தன்மையை விளக்கும் வகையில் விளம் பரப்படுத்துவது. லாரியை மேலே ஏற்றி ஓட்டினாலும் உடையாத கனமாக ப்ளைவுட் என்னும் 'ஷேரன் ப்ளைவுட்'டின் விளம்பரம் இவ்வகை.

மூன்று, போட்டியாளர் ப்ராண்டை விட தன் ப்ராண்ட் எப்படிச் சிறந்தது என்று விளக்குவது. உதாரணம், 'ஹெட் அண்ட் ஷோல்டர்ஸ்' விளம்பரங்கள். இந்த விளம்பரங்களில் ஹெட் அண்ட் ஷோல்டர்ஸ் ஷாம்புவை உபயோகிப்பவர் தலையில் பொடுகுகள் இருக்காது, ஆனால் வேறு பெயரற்ற ப்ராண்ட் ஷாம்புவை உபயோகிப்பவர் தலையில் பொடுகுகள் முழுதாகப் போயிருக்காது.

நான்கு, ப்ராண்டின் சிறப்புகளை, வல்லுநர்களைக் கொண்டோ, உபயோகிக்கும் வாடிக்கையாளர்களைக் கொண்டோ விளக்குவது. 'அஸ்வினி' ஹேர் ஆயில் விளம்பரங்களில் அந்த ப்ராண்டை உபயோகிப்பவர்கள் தோன்றி அதன் அருமை பெருமைகளைக் கூறுவது இவ்வகைக்கு உதாரணம்.

தகவல் சொல்லும் முறையில் இரண்டாவது வகை Transformational appeal. ப்ராண்டைப் பற்றி அல்லது அதன் பயன்களை பற்றி மட்டுமே கூறாமல் அதனால் உபயோகிப்பவருக்கு என்ன நடக்கும், அவர் எப்படி உணர்வார் என்று விளக்கும் வகையில் அமைவது. இவ்வகை தகவல் தொடர்பு மனோதத்துவ ரீதியானவை. உணர்வுகளைப் பாதிக்கும் வகையில் அமைபவை. இவையும் பல விதங்களில் அமையலாம். ப்ராண்டை உபயோகிக்கும் பலரின் தன்மையைப் பறைசாற்றும் விதத்தில் விளம்பரப்படுத்துவது ஒரு வகை. 'வெற்றி பெற்ற மனிதர்கள் விரும்பும் பாக்கு நிஜாம் பாக்கு' என்ற விளம்பரம் இதற்கு உதாரணம். இரண்டாவது வகை, ப்ராண்டை உபயோகிப்பதால் ஏற்படும் விளைவுகளை விளக்குவது. 'AXE' டியோடரண்ட் உபயோகித்தால் அழகான பெண்கள் அதன் வாசத்தில் மயங்கி உபயோகிப்பவரோடு சல்லாபிப்பார்கள் என்ற ஆகாசப் புளுகு விளம்பரங்கள் இவ்வகையைச் சார்ந்ததே!

தகவல் தொடர்பு வடிவமைப்பின் மூன்றாவது அம்சம், 'தகவலை யார் சொல்ல வேண்டும்' என்று முடிவு செய்வது. பல சமயங்களில் மார்க்கெட்டர்கள் சாதாரண விளம்பர மாடல்களைக் கொண்டே விளம்பரங்களை உருவாக்குவர். ஆனால் சில சமயங்களில் விளையாட்டிலோ, சினிமாவிலோ பிரபலமானவர்களைக் கொண்டு விளம்பரங்கள் உருவாக்கப்படுகின்றன. உதாரணமாக டி.வி.எஸ். விக்டர் பைக், கிரிக்கெட் வீரர் சச்சின் டெண்டுல்கரைக் கொண்டு விளம்பரப்படுத்தப்படுகிறது.

பிரபலமானவர்களைக் கொண்டு விளம்பரப்படுத்தினால் வெற்றி நிச்சயம் என்று சொல்வதற்கில்லை. நடிகை சிம்ரன்

பிரபலமாக இருந்த காலத்தில் அவரை வைத்து எடுக்கப்பட்ட 'விருந்தா' சோப் தோல்வியைத் தழுவியது. பிரபலமானவர் களை கொண்டு விளம்பரங்கள் தயாரிக்கும் பொழுது மூன்று முக்கிய அம்சங்களை அவர்கள் பெற்றிருக்கிறார்களா என்று பார்க்க வேண்டும். அவை செயல்திறன், நம்பகத்தன்மை, விரும்பும் தன்மை.

முதலில், விளம்பரத்துக்கு தேர்ந்தெடுக்கப்படும் பிரபலம் விளம்பரப்படுத்தப்படும் பொருளுக்குண்டான செயல்திறன் கொண்டவராக இருப்பது அவசியம். ஞாபக சக்தியை வளர்க்கும் 'மெமரி ப்ளஸ்' ப்ராண்டை ஒரு நடிகையையோ நடிகரையோ கொண்டு விளம்பரப்படுத்தினால் மக்கள் ஏற்க மாட்டார்கள். ஏனெனில் நடிகர்களுக்கும் ஞாபக சக்திக்கும் ஸ்நானப் ப்ராப்தி கூட கிடையாது. ஆனால் அதே ப்ராண்டை செஸ் வீரர் விஸ்வ நாதன் ஆனந்த்தைக் கொண்டு விளம்பரப்படுத்தும் பொழுது மக்கள் ஏற்றுக் கொள்வர். ஏனெனில் செஸ் விளையாட்டு மூளை சம்பந்தப்பட்ட, ஞாபக சக்தி சம்பந்தப்பட்ட விஷயம். அதில் பெயர் போன ஆனந்த் அந்த ப்ராண்டைப் பற்றிக் கூறும்போது மக்கள் ஓரளவுக்கேனும் அதை நம்புவர்.

இரண்டாவது, விளம்பரத்துக்கு தேர்ந்தெடுக்கப்படும் பிரபலம் நம்பத் தகுந்தவராக இருக்க வேண்டும். நடிகை மனோரமா 'சக்தி மசாலா' விளம்பரத்தில் தோன்றி, 'ஏங்க மாங்கு மாங்குன்னு அரைக்கிறீங்க. சக்தி மசாலா வாங்குங்க' என்று கூறும்பொழுது வாடிக்கையாளர்கள் அதைச் சற்றேனும் ஏற்றுக் கொள்வர். ஏனெனில், இது சமையல் சமாசாரம், அது ஒரு பெண்மணிக்குத் தான், அதுவும் அனுபவ முதிர்ச்சி உள்ள பெண்மணிக்குத்தான் தெரியும் என்று வாடிக்கையாளர்கள் நம்புவார்கள். இதே 'சக்தி மசாலாவை' நடிகர் சூர்யாவைக் கொண்டோ நடிகை அசினைக் கொண்டோ விளம்பரப்படுத்தினால் மக்கள் ஏற்பார்களா? நீங்களே சொல்லுங்கள்.

மூன்றாவது, பயன்படுத்தப்படும் பிரபலமானவரைப் பிறர் விரும்பும் தன்மை. பிரபலமானவர் நேர்மையானவராகவோ, யதார்த்த மானவராகவோ அல்லது நகைச்சுவை உணர்வு மிக்கவராகவோ இருந்தால் பொதுவாகவே மக்களால் விரும்பப்படுவர். அப்படிப் பட்டவர்கள் விளம்பரத்தில் தோன்றும்பொழுது வாடிக்கை யாளர்கள் அவர்கள் கூறுவதைக் காது கொடுத்து கேட்கவாவது செய்வர்.

4. தகவல் தொடர்பு முறையைத் தேர்ந்தெடுப்பது

தகவல் தொடர்பு முறை பொதுவாக இரு வகைப்படும். முதலாவது Personal Communications முறை. அதாவது விற்பவரும் வாங்குபவரும் ஒருவருக்கொருவர் பேசி வியாபாரத்தை முடிப்பது. வீடு வீடாக சென்று அப்பளம், வடாம், ஊதுவத்தி போன்ற பொருள்களை அறிமுகப்படுத்தி அதன் அருமை பெருமைகளை அடுக்கி விற்க முற்படுவது இவ்வகையை சார்ந்தது. டெலிபோன் மூலமாக க்ரெடிட் கார்ட், கடன் வசதி போன்றவற்றை விற்பதும் இவ்வகையே.

இது பரந்து விரிந்திருக்கும் வாடிக்கையாளர்கள் அனைவரையும் 'சப்ஜாடாக' பார்த்துப் பேசும் முயற்சி இல்லை. பெரும்பாலும் இவ்வகை நேரடித் தகவல் தொடர்பின் மூலம் ஒருவரையோ மிஞ்சிப் போனால் ஒரு சிறு கூட்டத்தையோ மட்டும்தான் ஒரே சமயத்தில் தொடர்புகொள்ள முடியும். ஆனால் நேரடியாகச் சந்தித்தவர்களின் மூலமாகத் தகவல் மற்றவர்களுக்கு சென்றடையும் வாய்ப்பு உள்ளது. ஒரு மார்க்கெட்டிங் அறிஞர் இதை மிக அழகாக விளக்கியுள்ளார்: 'இரண்டு லட்சம் வாடிக்கையாளர்களை நேரில் சென்று சந்தித்துப் பேசி ஒரு புதிய ப்ராண்டை அறிமுகப்படுத்தத் தேவையில்லை. சரியாகத் தேர்ந்தெடுத்த இரண்டாயிரம் பேரைப் பார்த்துப் பேசினாலே அவர்கள் சென்று மற்ற இரண்டு லட்சம் பேரிடம் உங்கள் ப்ராண்டை விளக்கி விடுவார்கள்.'

தகவல் தொடர்பின் இரண்டாவது முறை Non-personal communications எனப்படுவது. அதாவது பரந்து விரிந்திருக்கும் வாடிக்கையாளர்களை நேரடியாக இல்லாமல் வேறு ஏதேனும் வகையில் தொடர்பு கொள்வது. பத்திரிகை, ரேடியோ, டி.வி. போன்ற சாதனங்கள் மூலம் விளம்பரப்படுத்துவது, பொருட்காட்சி போன்ற இடங்களில் ஸ்டால் போட்டு விற்பது, பொது ஜனத் தொடர்பு மூலம் வாடிக்கையாளர்களைக் கவர முயற்சி செய்வது போன்றவை எல்லாம் Non-personal communications தான்.

நேரடியாக வாடிக்கையாளர்களிடம் தொடர்பு கொள்வது சிறந்தது என்றாலும், பல சமயங்களில் இது சாத்தியப்படாமல் போகலாம். உதாரணமாக, 'கோககோலா' ஒவ்வொரு வாடிக்கையாளராக நேரடியாக பார்த்து பேசித் தகவல் பரிமாற நினைப்பது

நடக்கிற காரியமில்லை. அதற்கு பதில் டி.வி., ரேடியோ போன்ற சாதனங்களின் மூலம் விளம்பரப்படுத்துவதுதான் பயனளிக்கும்.

5. தகவல் தொடர்பு பட்ஜெட்டை நிர்ணயிப்பது

தகவல் தொடர்பு சம்பந்தப்பட்ட முடிவுகளில் மிகச் சிரமமானது தகவல் தொடர்புக்கு எவ்வளவு செலவழிப்பது என்று நிர்ணயம் செய்வது. ஜான் வானமேக்கர் என்கிற அமெரிக்கத் தொழிலதிபர் ஒருமுறை கூறினார்: 'நான் விளம்பரத்துக்கு செலவழிக்கும் பணத்தில் பாதி வீணாகப் போகிறது. ஆனால் அது எந்தப் பாதி என்பதுதான் தெரியவில்லை!' கம்பெனிகள் பல வழிகளில் தகவல் தொடர்பு பட்ஜெட்டை நிர்ணயம் செய்கின்றனர். அதில் பிரதானமான வழிகளைப் பார்ப்போம்.

சில கம்பெனிகள் தங்களால் எவ்வளவு பணம் ஒதுக்க முடியுமோ அதுதான் தங்களுடைய தகவல் தொடர்பு பட்ஜெட் என்று நிர்ணயிப்பர். அதாவது 'எங்களிடம் இவ்வளவு பணம்தான் இருக்கிறது. இதற்கேற்பத்தான் தகவல் தொடர்பு செலவு' என்று நிர்ணயிக்கும் முறை. நிர்ணயிக்க மிக எளிதான முறை என்றாலும் மார்க்கெட் தேவைகளையோ, போட்டியாளர் நெருக்கடிகளையோ கண்டு கொள்ளாமல், தொலைநோக்குப் பார்வை இல்லாமல் இருப்பதால் இம்முறை சிறந்த முறையாகக் கருதப்படுவதில்லை.

மேலும் சில கம்பெனிகள் தாங்கள் அந்த வருடத்தில் எதிர் பார்க்கும் விற்பனையில் ஒரு குறிப்பிட்ட சதவிகிதத்தைத் தகவல் தொடர்பு பட்ஜெட் என்று நிர்ணயிப்பர். உதாரணத்துக்கு ஒரு கம்பெனி தங்கள் தகவல் தொடர்பு பட்ஜெட் விற்பனை அளவில் 10% என்று நிர்ணயிக்கிறது என்று வைத்துக் கொள்வோம். அந்த ஆண்டுக்கான எதிர்பார்க்கப்படும் விற்பனை ஒரு கோடி ரூபாய் என்றால் தகவல் தொடர்பு பட்ஜெட் பத்து லட்சம் ரூபாய் என்று நிர்ணயிக்கப்படும் (அதாவது 1,00,00,000 x 10%) பட்ஜெட் நிர்ணயம் செய்ய மிக எளிதான முறைதான் என்றாலும், விற்பனை மேம்பாட்டுச் செயல்களும் அதன் செலவுகளும்தான் விற்பனை அளவை நிர்ணயம் செய்யும் என்கிற ஆதாரத் தத்துவத்தையே தலைகீழாக மாற்றுவதால் இவ்வகையில் பட்ஜெட் நிர்ணயிப்பதும் தவறானதாகும்.

இன்னும் சில கம்பெனிகள் போட்டியாளர் பட்ஜெட் எவ்வளவோ அந்த அளவுக்குத்தான் தங்கள் பட்ஜெட் என்று நிர்ணயித்துக் கொள்வர். 'போட்டியாளர்களின் அளவுக்கு நாமும்

பட்ஜெட் நிர்ணயித்துக் கொள்வதுதான் அவர்களைச் சமாளிக்கச் சிறந்த வழி' என்று எண்ணுவர். மார்க்கெட்டிங் என்பது போட்டியாளர்களைக் காட்டிலும் புதுமைகள் செய்து வெற்றி கொள்வது என்றால் போட்டியாளர் செய்வதையே நாமும் செய்தால் நாம் என்ன புதிதாகச் செய்து கிழிக்கப் போகிறோம்? மேலும், போட்டியாளருக்கு மார்க்கெட் நிலவரம் துல்லியமாகத் தெரியும் என்று எதை வைத்து நம்பி அவரைப் போலவே பட்ஜெட் நிர்ணயிக்கப் போகிறோம்?

போட்டியாளர் பழம் தின்று கொட்டை போட்டு வலிமையான நிலையில் இருந்தால், தகவல் தொடர்புக்குக் குறைவான தொகையைச் செலவழிப்பதாக இருக்கலாம். புதிதாக அதே மார்க்கெட்டுக்கு வரும் கம்பெனி அந்தப் போட்டியாளர் செலவழிக்கும் பணத்துக்கு ஈடாக மட்டுமே செலவழிப்பேன் என்று அடம்பிடித்தால் அவருக்கு தோல்வி கேரண்டி என்று ஒப்புக் கொள்வீர்களா மாட்டீர்களா?

சிறந்த கம்பெனிகள் இதுபோல் எளிமையான, ஆனால் திறன் இல்லாத வழிகளை நாடாமல் வலிமையான வழிகளையே நாடுவர். அப்படி ஒரு வழிதான் Objective and Task Method. இவ் வகையில் பட்ஜெட் நிர்ணயம் செய்ய சில வரைமுறைகள் உண்டு. முதலில் தகவல் தொடர்பு அடைய நினைக்கும் நோக்கங் களை முடிவு செய்வது. இரண்டாவது அந்த நோக்கங்களை அடையத் தேவையான செயல்களை வரையறுப்பது. பின் அந்தச் செயல்களை புரியத் தேவையான செலவுகளைக் கணக்கிடுவது. அந்தச் செலவுகளின் மொத்தமே தகவல் தொடர்பு பட்ஜெட் என்று நிர்ணயிப்பது.

6. தகவல் தொடர்புக் கலவையை முடிவு செய்வது

தகவல் தொடர்பு பட்ஜெட்டை நிர்ணயித்தபிறகு அதைத் தகவல் தொடர்புக் கலவைக்கு எப்படி பங்கிடுவது என்பதை முடிவு செய்ய வேண்டும். தகவல் தொடர்புக் கலவை என்பது ஆறு அம்சங்களின் கலவை என்பதை இந்த அத்தியாயத்தின் ஆரம்பத் தில் பார்த்தோம். கலவையின் ஒவ்வொரு அம்சமும் தனிப்பட்ட தன்மைகள் கொண்டவை. அதை இப்பொழுது விவரமாகப் பார்ப்போம்.

விளம்பரம்: விளம்பரம் என்பது ப்ராண்டைப் பெருவாரியான வாடிக்கையாளர்களுக்கு அறிமுகப்படுத்தி அதன் தன்மைகளை

யும் பயன்களையும் விளக்கி அவர்களை வாங்கத் தூண்டும் ஒரு சிறந்த கருவி. நாடெங்கும் பரந்து விரிந்திருக்கும் வாடிக்கையாளர்களை ஒரு சேரச் சென்றடைய உதவுவது. விளம்பரங்கள் பலதரப்பட்டவை என்றாலும் சில அடிப்படைத் தன்மைகள் கொண்டவை. முதலாவது, விளம்பரங்கள் ஒரே தகவலை மீண்டும் மீண்டும் கூறும் தன்மை கொண்டதால் அவை பெருமளவு வாடிக்கையாளரை வாங்கத் தூண்டுபவையாக இருக்கும். இருக்க வேண்டும்.

இரண்டாவது, விளம்பரம் என்பது ஒரு 'மிகைப்படுத்தப்பட்ட வெளிப்பாடு'. 'அவிட்டா' மாசாலா கொண்டு சமையல் செய்தால் அதன் வாசம் வீடெங்கும் பரவி அதற்கு வெளியேயும் சென்று வீட்டு வாசலில் மனைவியிடம் சண்டை போட்டுக் கொண்டு உட்கார்ந்திருக்கும் கணவனைக் கட்டி பின்னி டைனிங் டேபிளுக்கு இழுத்துக் கொண்டு வரும் என்பது மிகைப் படுத்தப்பட்ட ஒரு தகவலின் வெளிப்பாடுதானே! மூன்றாவது விளம்பரங்கள் உரையாடல்கள் அல்ல. சொற்பொழிவு போன்ற அமைப்புடையவை. அதாவது விளம்பரம் என்பது 'ஒரு வழி'ப் பாதை. விளம்பரம் வாடிக்கையாளரிடம் பேசும். வாடிக்கையாளர் திரும்பப் பேச முடியாது.

விற்பனை மேம்பாட்டுச் சலுகைகள்: மார்க்கெட்டர்கள் தங்களின் ப்ராண்ட்களின் விற்பனையை அதிகரிக்க உபயோகிக்கும் பல தகவல் தொடர்பு உத்திகளில் ஒன்று விற்பனை மேம்பாட்டுச் சலுகைகள். 'ஒன்று வாங்கினால் இன்னொன்று இலவசம்', '20% சதவிகிதம் அதிகம் கொண்டது', 'அதிர்ஷ்டசாலி கஸ்டமருக்கு தங்க நாணயம் பரிசு' போன்றவை இதற்கு உதாரணங்கள். விளம்பரங்கள் ப்ராண்டை வாங்க ஒரு காரணத்தைக் கொடுக்கும். விற்பனை மேம்பாடு ப்ராண்டை வாங்க ஒரு சலுகையைக் கொடுக்கும். விற்பனை தொய்வடையும் பொழுது அதைத் தட்டி எழுப்பக் கொடுக்கப்படும் இன்ஜெக்ஷன்தான் விற்பனை மேம்பாடு.

விற்பனை மேம்பாட்டுச் சலுகைகளைக் குறுகிய காலத்துக்கு மட்டுமே பயன்படுத்தும் பொழுதுதான் பயன் கிடைக்கும். 'போரோ ப்ளஸ்' பவுடர் 'ஒன்று வாங்கினால் ஒன்று இலவசம்' என்று அறிவித்த புதிதில் விற்பனை சற்று அதிகரித்தது. ஆனால் அதே சலுகையைப் பல ஆண்டுகளாகத் தொடர்ந்து அளித்து வருவதால் அதன் வீரியம் குறைந்து விற்பனை தேய்ந்து ப்ராண்ட் இன்று குற்றுயிரும் குலையுயிருமாகக் கிடக்கிறது.

பொதுஜனத் தொடர்பு (Public Relations - PR): பொதுஜனத் தொடர்பு என்பது பலதரப்பட்ட செயல்கள் மூலம் மக்களை அடைந்து கம்பெனியின் அல்லது ப்ராண்டின் அந்தஸ்த்தை உயர்த்தவோ அல்லது பாதுகாக்கவோ செய்யப்படுபவை. பத்திரிகைகளிலும் டி.வி.யிலும், ரேடியோவிலும் கம்பெனியை பற்றியோ ப்ராண்டைப் பற்றியோ நல்லவிதமாக எழுத வைப்பது, கம்பெனியின் முக்கியஸ்தர்கள் பத்திரிகைகளுக்கு, தொலைக் காட்சிக்கு நேர்முகங்கள் கொடுப்பது, பத்திரிகைக் கட்டுரைகளில் ப்ராண்ட் நல்லமுறையில் குறிப்பிடப்படுவது போன்றவை பொதுஜனத் தொடர்பு செயல்கள்தான். இவை பெரும்பாலும் செலவில்லாத விளம்பரங்கள். விளம்பரங்களை விட மக்கள் செய்திகளை நம்புவதால் ப்ராண்டைப் பற்றி செய்தியாக அளிப்பதுதான் பொதுஜனத் தொடர்பு. அதில்தான் வெற்றியின் சூட்சுமம் அடங்கி இருக்கிறது.

பொதுஜனத் தொடர்பு வெற்றிக்குச் சிறந்த எடுத்துக்காட்டு சமீபத்தில் வெளியான இசைஞானி இளையராஜாவின் 'திருவாசகம்' இசைத் தட்டுகள். அதைப் பற்றிய விளம்பரங்கள் மிகக் குறைவாக இருப்பினும், பலதரப்பட்ட மக்களையும் திருவாசகம் பற்றி அறிய வைத்தது, அதன் பெருமைகளை உணர வைத்தது, அவர்களை வாங்கத் தூண்டியது பொதுஜனத் தொடர்புதான். திருவாசகம் பற்றிய பத்திரிகைச் செய்திகள், டி.வி. சேனல்களில் இடம்பெற்ற இளையராஜாவின் இன்டெர்வியுக்கள், விகடனில் 'கற்றதும் பெற்றதும்' பகுதியில் எழுத்தாளர் சுஜாதாவின் நான்கு பக்க பாராட்டுக் கட்டுரை, பத்திரிகைகளில் இசை வல்லுநர்களும் பிரபலங்களும் 'திருவாசகத்தை' சிலாகித்துப் பேசியது எல்லாம் சேர்ந்து 'திருவாசகத்தை' உலகில் உள்ள கடைசி மனிதனுக்கும் அறிமுகப்படுத்தி அதனை வாங்கத் தூண்டி விட்டது. இன்று வரலாறு படைக்கும் திருவாசகம் இசைக்கு முக்கியக் காரணம் இளையராஜாவின் இசை மேதைமைதான் என்றாலும், அதை உலகுக்கு அறிமுகப்படுத்த சிறிதேனும் உதவியது பொதுஜனத் தொடர்புதானே!

நேரடி மார்க்கெட்டிங்: நேரடி மார்க்கெட்டிங் என்பது இடைத் தரகர்களோ வேறு நபர்களின் உதவியோ இல்லாமல் வாடிக்கையாளர்களுக்கு நேரடியாகப் பொருள்களையோ தகவல்களையோ கொண்டுசேர்ப்பது, தபால் மூலம் விற்பது, டெலிமார்க் கெட்டிங், இணையத் தளங்கள் மூலம் விற்பது போன்றவை. இதை Consumer Direct Channels என்றும் அழைப்பர்.

பொருள்களை வாங்கச் செய்வதற்கு மட்டுமில்லாமல் நேரடி மார்க்கெட்டிங்கை மற்ற சில வழிகளிலும் பயன்படுத்தலாம். உதாரணமாக சில மார்க்கெட்டர்கள் வாடிக்கையாளர்களுடன் நீண்ட ஆரோக்கியமான உறவை வளர்க்கவும் நேரடி மார்க் கெட்டிங்கை உபயோகிக்கிறார்கள். வாடிக்கையாளர்களின் பிறந்த நாள், மணநாள் போன்றவற்றை அறிந்து வாழ்த்து அட்டைகள் அனுப்புவது, வருடத் தொடக்கத்தில் கம்பெனி பெயர் பொறிக்கப் பட்ட கேலண்டர்களையும் டயரிகளையும் கொடுப்பது போன்ற வையும் ஒரு வகையான நேரடி மார்க்கெட்டிங்தான்.

நேரடி மார்க்கெட்டிங் பலவகைப்பட்டாலும் அனைத்துக்கும் சில பிரதானத் தன்மைகள் உண்டு. வாடிக்கையாளர்களின் குணாதிசயத்துக்கேற்ப தரப்படும் தகவலை வடிவமைக்கத் தோதானது நேரடி மார்க்கெட்டிங். மிக எளிதில் தகவலை வடி வமைக்க கூடியதும் இம்முறையில்தான். தகவலை வடிவமைப் பது எளிதானதால் நேரடி மார்க்கெட்டிங்கில் வாடிக்கையாளரின் பதிலுக்கேற்பத் தகவலை மாற்றித் தருவதும் எளிதானது.

நேரடி விற்பனை: வாடிக்கையாளர்களை நேரடியாகச் சந்தித்து, பேசி, பொருளை அறிமுகப்படுத்தி, அதன் சிறப்பை விளக்கி அவர்களை வாங்கத் தூண்டுவதுதான் நேரடி விற்பனை. 'யுரேகா ஃபோர்ப்ஸ்' என்னும் கம்பெனி இந்த உத்தியை மட்டுமே பயன்படுத்தித் தன் பொருள்களை விற்கிறது. அந்த கம்பெனியின் சேல்ஸ்மென் வீடு வீடாகச் சென்று கம்பெனியின் வேக்யூம் க்ளீனர் களை வாடிக்கையாளர்களுக்குக் காண்பித்து அதன் செயல்திறனை நிரூபித்து அவர்களை வாங்க வைப்பர். அன்றாடம் நம் வீடு தேடி வந்து விற்கும் காய்கறி வியாபாரிகள், பிஸ்கெட், வடாம், ஊது வத்தி விற்பவர்கள் அனைவரும் நேரடி விற்பனையாளர்கள்தான்.

சிறப்பு நிகழ்ச்சிகள்: தகவல் தொடர்புக் கலவையின் மற்றுமொரு முக்கிய அங்கம் கம்பெனியின் Sponsor செய்யும் சிறப்பு நிகழ்ச்சி கள். வாடிக்கையாளர்களைக் கவரும் வண்ணம் வடிவமைத்து அவர்களை அழைத்து முடிந்தவரை ப்ராண்ட்டன் உறவாட வைக் கும் அனுபவத்தை அளிப்பதுதான் இந்தச் சிறப்பு நிகழ்ச்சிகள்.

உதாரணமாக 'கார்ட்டூன் நெட்வொர்க்' டி.வி. சேனல் தங்கள் வாடிக்கையாளர்களான குழந்தைகளைக் கவரும் வண்ணம் பெரிய நகரங்களில் 'கார்ட்டூன் நெட்வொர்க்குடன் ஜாலியாக ஒரு நாள்' என்ற சிறப்பு நிகழ்ச்சியை நடத்துகின்றது. அந்த நிகழ்ச்சி

யில் விசேஷ விளையாட்டுப் போட்டிகள், கண்ணை கவரும் கண்காட்சிகள், பரிசுகள், கார்ட்டூன் நெட்வொர்க்கில் வரும் கதாபாத்திரங்களைப் போல் வேஷமிட்டு வரும் நடிகர்கள் என்று அமர்க்களப்படுத்துவர். அன்று முழுவதும் குழந்தைகள் ஆவலுடன் பங்கு கொண்டு, ஆடிப் பாடி தங்கள் விருப்பமான கார்ட்டூன் கதாபாத்திரங்களுடன் விளையாடி ஃபோட்டோக்கள் எடுத்துக் கொண்டு ஆனந்தமாக இருப்பார்கள்.

அந்நிகழ்ச்சிகள் வாயிலாக 'கார்ட்டூன் நெட்வொர்க்' குழந்தை களுடன் ஓர் இனிய உறவை வளர்த்துக் கொள்ள முடிகிறது. அந்த நிகழ்ச்சிகளில் பங்கு கொள்ளும் குழந்தைகளும் கார்ட்டூன் நெட்வொர்க்கைப் பற்றித் தங்கள் நண்பர்களுக்கும் வகுப்புத் தோழர்களுக்கும் எடுத்துக்கூறி அவர்களையும் அந்த சேனலை பார்க்கத் தூண்டுவர். வெறும் விளம்பரங்களும் விற்பனை மேம்பாட்டுச் செயல்களும் அளிக்காத பயன்களை எளிதாகப் பெற வழி செய்பவை இத்தகைய சிறப்பு நிகழ்ச்சிகள்.

சிறப்பு நிகழ்ச்சிகள் பல வகைப்படும். ஆர்எம்கேவி துணிக் கடை நடத்திய 'உலகிலேயே நீளமான பட்டுப் புடைவை', 'ஐம்ப தாயிரம் கலர்கள் கொண்ட விசேஷப் பட்டுப் புடைவை' போன்றவையும் ஒரு வகையான சிறப்பு நிகழ்ச்சிகள்தான். 'கோல்கேட்' டூத்பேஸ்ட் பள்ளிகள் தோறும் சென்று நடத்தும் 'பல் பரிசோதனை முகாம்'களும் சிறப்பு நிகழ்ச்சிகளே. பாண்ட்ஸ் (Pond's) ஸ்பான்சர் செய்யும் 'மிஸ் இந்தியா' போட்டியும் சிறப்பு நிகழ்ச்சிகள்தான்.

சிறப்பு நிகழ்ச்சிகள் பல வகைப்பட்டாலும் அவற்றுக்கு சில பொதுவான தன்மைகளும் பயன்களும் உண்டு. கம்பெனியையும் ப்ராண்டையும் வாடிக்கையாளர்களுக்கு அறிமுகப்படுத்த உதவு பவை சிறப்பு நிகழ்ச்சிகள். ப்ராண்டின் பொசிஷனிங்குக்கு ஏற்ப சிறப்பு நிகழ்ச்சிகள் வடிவமைக்கப்படும் பொழுது வாடிக்கை யாளர் மனத்தில் ப்ராண்டின் பொசிஷனிங்கை ஆழப் பதிய வைக்க முடிகிறது. மேலும் வாடிக்கையாளர்களுடன் நீண்ட நல்ல உறவை வளர்க்க உதவுபவை சிறப்பு நிகழ்ச்சிகள். 'தி ஹிண்டு' ஆங்கில தினசரி ஆண்டுதோறும் குழந்தைகளுக்கான 'யங் வோர்ல்ட் ஓவியப் போட்டி' நடத்துவது எதற்காக? அதில் பங்கு பெறும் குழந்தைகளின் மனத்தில் 'தி ஹிண்டு' என்று ப்ராண்டைப் பதிய வைத்து அவர்கள் பெரியவர்கள் ஆனதும் அந்தச் செய்தித்தாளை தினமும் படிக்கத் தூண்டும் முயற்சிதானே!

தகவல் தொடர்புக் கலவையை இதுவரை பார்த்தோம். விற்கப் படும் ப்ராண்டின் தன்மைக்கேற்ப உபயோகிப்பட வேண்டிய தகவல் தொடர்புக் கலவை மாறுபடும். மாறுபட வேண்டும். தங்கள் ப்ராண்டின் தகவல் தொடர்புக் கலவையை முடிவு செய்ய மார்க்கெட்டர் பல விஷயங்களை அலசி ஆராய வேண்டும். அதில் முக்கியமானவற்றை இப்பொழுது பார்ப்போம்.

விற்கும் பொருளின் தன்மையை பொருத்து தகவல் தொடர்புக் கலவை மாறுபடும். சீப்பு, சோப்பு, கண்ணாடி போன்ற கன்ஸ்யூமர் மார்க்கெட் பொருள்களை விற்க விளம்பரங்கள், விற்பனை மேம்பாட்டுச் சலுகைகள் அதிகமாகப் பயன்படும். இரும்பு, அலுமினியம் போன்ற பிஸினஸ் மார்க்கெட் பொருள்களை வாங்கும் வாடிக்கையாளர்கள் மிகவும் குறைவு என்பதால் நேரடி விற்பனை முறை ஏதுவாக இருக்கும். பொதுவாகவே அதிக விலைமதிப்புள்ள பொருள்கள் மற்றும் தெளிவாக விளக்கமளித்து விற்க வேண்டிய பொருள்களுக்கு நேரடி விற்பனை முறையே சிறந்தது.

தகவல் தொடர்புக் கலவையில் உள்ள ஒவ்வோர் அம்சமும் வெவ்வேறு தன்மைகள் கொண்டவை. மார்க்கெட்டர் தாங்கள் விற்கும் பொருளின் தன்மைக்கேற்ப, வாடிக்கையாளர்களின் குணாதிசயங்களுக்கேற்ப தகவல் தொடர்புக் கலவையைத் தேர்ந்தெடுக்க வேண்டும்.

உதாரணமாக புதிய பொருள்களை மார்க்கெட்டில் முதன் முதலாக அறிமுகப்படுத்தும் பொழுது விளம்பரங்களைப் பயன்படுத்துவது உசிதம். ஏனெனில் புதுப் பொருள்களின் தன்மைகளையும் பயன்களையும் நாடெங்கும் பரவிக் கிடக்கும் பலதரப்பட்ட வாடிக்கையாளர்களுக்கும் ஒரே சமயத்தில் அறிவிக்க ஏற்றது விளம்பரங்கள்தான்.

வாடிக்கையாளர்கள் உபயோகம் குறைந்துவரும் பொருள் வகைக்கு விற்பனை மேம்பாட்டுச் சலுகைகளே சிறந்த உத்தியாகும். ஏனெனில் அதுதான் வாங்காத வாடிக்கையாளர்களை வாங்கத் தூண்டும்.

7. தகவல் தொடர்பு விளைவுகளை அளவிடுவது

தகவல் தொடர்புக் கலவையை பிரயோகித்த பிறகு அதனால் ஏற்படும் விளைவுகளை அளவிடுவது இன்றியமையாதது.

இவ்வளவு விளம்பரம் கொடுத்தோம், இத்தனை பணம் செல வழித்தோம் என்ற கணக்கு மட்டும் காட்டுவதல்ல அளவிடுவது. அதையும் மீறி தகவல் தொடர்பு எத்தனை வாடிக்கையாளர் களைச் சென்று அடைந்தது, தகவலை எவ்வளவு தூரம் வாடிக்கையாளர்கள் புரிந்து கொண்டார்கள், புதியதாக எத்தனை பேர் நம் ப்ராண்டைப் பற்றித் தெரிந்து கொண்டார்கள் போன்ற முக்கியமான விஷயங்களைத் தெரிந்து கொள்வது அவசியம். தகவல் தொடர்பு நோக்கங்கள் எவ்வளவு தூரம் நிறைவேறின, நிறைவேறவில்லை என்றால் அதற்கு என்னென்ன காரணங்கள் என்பதை அறிந்து கொள்வது அவசியம்.

ஆங்கிலப் பழமொழி ஒன்று உண்டு - 'தன் தவறுகளிலிருந்து கற்றுக் கொள்ளாதவன் அதே தவறை மீண்டும் மீண்டும் செய்ய விதிக்கப்படுவான்!' தகவல் தொடர்புக் கலவையில் ஏதேனும் தவறு நேர்ந்திருப்பின் அதை அறிந்து களைய முற்படுவது அதே தவறை மீண்டும் செய்யாமலிருக்க உதவும்.

8. ஒருங்கிணைந்த தகவல் தொடர்பு வழிமுறையை நிர்வகிப்பது

சிறு வயதில் படித்த நீதிக் கதை ஒன்று உங்களுக்கு நினைவிருக் கலாம். சுள்ளிக்கட்டைகள் தனித்தனியாக இருக்கும் பட்சத்தில் அதை உடைப்பது வெகு சுலபம். ஆனால் அதே தனித்தனி சுள்ளிக் கட்டைகளை இணைத்து ஒரு கட்டாகக் கட்டினால், அந்த கட்டை உடைப்பது கடினம் என்ற ஒற்றுமையை வலியுறுத் தும் கதை. நாம் இப்பொழுது பார்க்கவிருக்கும் ஒருங்கிணைந்த மார்க்கெட்டிங் தகவல் தொடர்பு வழிமுறை (Integrated Marketing Communications Process) இந்த அடிப்படைச் சித்தாந்தத்தைக் கொண்டதுதான்.

ஒரு பொருளை விற்க, அதனை விளம்பரப்படுத்தலாம். நேரடி மார்க்கெட்டிங் அல்லது நேரடி விற்பனை செய்யலாம். விற் பனை மேம்பாட்டுச் சலுகைகளை வழங்கலாம். ஒவ்வொன்றை யும் வெவ்வேறு விதமாக, தனித்தனியாகச் செய்வது ஒரு முறை. ஆனால் அதையே பொருளின் தன்மைக்கேற்ப, வாடிக்கையாளர் களின் குணாதிசயங்களுக்கேற்ப, மார்க்கெட் நிலவரத்துக்கேற்ப ஒருங்கிணைந்து திட்டமிட்டுச் செய்வதற்கு ஒருங்கிணைத்த மார்க்கெட்டிங் தகவல் தொடர்பு வழிமுறை என்று பெயர். சுள்ளிக் கட்டைகளை இணைத்துக் கட்டுவதுபோல!

ஐசிஐசிஐ கம்பெனி இந்த முறையை பயன்படுத்தி குழந்தைகள் மேல்படிப்புக்கு உதவும் தங்களது காப்பீட்டுத் திட்டத்தை எப்படி வெற்றிகரமாக விற்றார்கள் என்று பார்ப்போம். ஐசிஐசிஐ முதலில் தங்கள் காப்பீட்டுப் பொருளை நாட்டிலுள்ள அனைத்துப் பெற்றோர்களும் அறியும் வண்ணம் ஊடகங்களில் விளம்பரம் செய்தது. அதன்பின் தேர்ந்தெடுத்த சில நகரங்களில் குழந்தை களைக் கவரும் வண்ணம் ஓவியப் போட்டிகளை நடத்தியது. அதில் பங்குபெற ஆறு முதல் பத்து வயதான குழந்தைகளுக்கு அழைப்பு விடுத்தது. போட்டி நடைபெற்ற ஒவ்வொரு ஊரிலும் ஆயிரக்கணக்கான குழந்தைகள் கலந்து கொண்டனர்.

பங்குபெறும் குழந்தைகள் தங்கள் வாழ்வில் சாதிக்க நினைப் பதை ஓவியமாக வரைய வேண்டும் என்பதுதான் போட்டி. உதாரணத்துக்கு ஒரு குழந்தைக்கு டாக்டர் ஆக வேண்டும் என்று விரும்பினால், அதை ஓவியமாக வரைய வேண்டும். அப்படி அனைவரும் வரைந்ததை ஒரு நிபுணர் குழு பரிசீலித்து முடிவுகள் அறிவிக்கப்பட்டு பரிசுகள் அளிக்கப்பட்டன. மேலும் போட்டி யில் பங்குகொண்ட அனைத்துக் குழந்தைகளின் பெயர், வயது, பெற்றோர் பெயர், விலாசம் போன்றவை பெறப்பட்டன.

இதன்பிறகு ஐசிஐசிஐ ஒவ்வொரு ஓவியமாக ஆராய்ந்து அதை வரைந்த குழந்தை சாதிக்க நினைப்பதற்கேற்ப அந்தக் குழந்தை யின் பெற்றோருக்குக் கடிதம் எழுதியது. உதாரணமாக ஆதித்யா என்கிற சிறுவன் பைலட் ஆக வேண்டும் என்று விரும்புகிறான் என்று வைத்துக் கொள்வோம். ஐசிஐசிஐ ஆதித்யாவின் தந்தைக்கு அவர் மகன் ஓவியப் போட்டியில் கலந்து கொண்டதைப் பற்றி, அவன் பரிசு பெற்றதைப் பற்றியெல்லாம் எழுதிவிட்டு அதன்பிறகு கீழ்கண்ட பொருள்பட தொடர்ந்தது.

‘உங்களுக்கு தெரியுமா, உங்கள் மகன் ஆதித்யா பைலட் ஆக விரும்புகிறான். (அதுவரை தந்தைக்கு இந்த விஷயம் தெரிந் திருக்காமல்கூட இருந்திருக்கும்) அதனால்தான் அழகான ஒரு விமானத்தை வரைந்திருக்கிறான். அவன் கனவை நீங்கள் நனவாக்க வேண்டாமா?’ என்று எழுதிவிட்டு பைலட் ஆக எங்கு சேரவேண்டும், என்னென்ன படிக்க வேண்டும். அதற்கு எவ்வளவு செலவாகும் என்பதையெல்லாம் குறிப்பிட்டது. அதன்பிறகு அதற்குச் செலவழிக்க அவர் தயாராக இருக்கிறாரா, தேவையான தொகை அவரிடம் இருக்கிறதா என்று கேள்வி எழுப்பியது.

இத்தனையையும் கூறிவிட்டு மேலும் தொடர்ந்தது: ‘உங்கள் ஆதித்யாவின் எதிர்காலக் கனவை நனவாக்க எங்களிடம் பல நல்ல காப்பீட்டுத் திட்டங்கள் உள்ளன. கீழ்க்கண்ட தொலைபேசி எண்ணுடன் தொடர்பு கொண்டீர்கள் எனில், எங்கள் விற்பனை யாளர் உங்கள் வீடு தேடி வந்து எங்கள் காப்பீட்டுத் திட்டங்களை விளக்கி உங்கள் மகனின் தேவைக்கேற்ற பொருளைத் தேர்ந்தெடுக்க உதவுவார்.’

இப்படி ஒரு கடிதம் ஒரு தந்தைக்கு வந்தால், எந்தத் தந்தைதான் அதில் உள்ள காப்பீட்டுத் திட்டத்தை வாங்காமல் இருப்பார்? இந்த முயற்சியால் ஐசிஐசிஐ பல கோடி ரூபாய்கள் பெறுமான முள்ள காப்பீட்டுத் திட்டங்களை விற்று வெற்றி கண்டது.

இந்த உதாரணம் ஒருங்கிணைந்த மார்க்கெட்டிங் தகவல் தொடர்பு வரைமுறையின் வலிமையை நமக்குத் தெளிவாக உணர்த்துகிறது. ஐசிஐசிஐ முதலில் விளம்பரங்கள் மூலம் தங்கள் பொருள்களை வாடிக்கையாளர்களுக்கு அறிமுகப்படுத்தியது. அதன்பிறகு வாடிக்கையாளர்களைக் கவர ஒரு ‘சிறப்பு நிகழ்ச்சி’யை நடத்தி அதில் பங்கு கொண்டவர்களுக்குக் கடிதம் எழுதும் ‘நேரடி மார்க்கெட்டிங்‘ முறையைப் பிரயோகப்படுத்தியது. அதற்குப் பிறகு தங்கள் விற்பனையாளர்களை வாடிக்கையாளர்கள் வீட்டுக்குச் சென்று பொருள்களை விளக்கி விற்கும் ‘நேரடி விற்பனை’ முறையையும் கையாண்டது. வெற்றியும் பெற்றது.

டால்டா பிரபலமான கதை

‘டால்டா’ என்கிற ப்ராண்டை ஞாபகம் இருக்கிறதா - உருளை வடிவ மஞ்சள் வண்ண டப்பாவை நீங்கள் ஒரு வேளை நினைவு கூரலாம். பெரும்பாலும் நரிக்குறவர்கள் இந்த டப்பாவை கழுத்தில் கட்டிக்கொண்டு திரிவார்கள். நெய்க்கு மாற்றாக Hydrogenated Vegetable Oil கொண்டு தயாரிக்கப்பட்டது டால்டா. இந்துஸ்தான் லீவரின் ப்ராண்டான இது 1937-ஆம் ஆண்டு அறிமுகப்படுத்தப் பட்டது. குறைந்த விலையில், நெய்க்கு மாற்றாக டால்டா என்று பிரபலப்படுத்தப்பட்டதால் இது ஏழைகளின் நெய் என்றே அழைக்கப்பட்டது. டி.வி., ரேடியோ, சினிமா, பத்திரிகைகள் ஆகியவை பெரிதாக இல்லாத அந்தக் காலத்திலேயே டால்டா புதுமையான தகவல்தொடர்புச் செயல்கள் மூலம் பிரபலமானது.

வடக்கு மாநிலங்களில் லீவர் டால்டாவின் சிறப்பையும், பயன் களையும் பொம்மலாட்ட நாடகங்கள் மூலமும், நாடோடிக்

கதை காலட்சேபம் செய்பவர்கள் மூலமாகவும் விளக்கினர். தெற்கு மாநிலங்களில், குறிப்பாக திருச்சியில் நேரடி மார்க்கெட்டிங் வகையான 'பொருள் செயல்பாட்டு விளக்கங்கள்' (Product Demonstrations) மூலம் பிரபலப்படுத்தினர்.

லீவர் கம்பெனி ஆள்களை டேபிள், ஸ்டவ், பாத்திரங்கள், சமையலுக்குத் தேவையான பொருள்கள் சகிதம் அனுப்பினர். அவர்களும், குறிப்பிட்ட தெருமுனைகளில் டால்டாவை கொண்டு சமைத்து அந்தத் தெருவில் குடியிருப்பவர்களுக்குப் பரிமாறினர். சமையலைச் சுவைத்துப் பார்த்தவர்கள் 'அட தேவலையே, நெய்யில் செய்தது போலவே டேஸ்டாக இருக்கிறதே. விலையும் மிகக் குறைவாக இருக்கிறதே' என்று எண்ணி டால்டாவை வாங்கத் தொடங்கினர். நாளடைவில் டால்டா வாடிக்கையாளர்கள் மத்தியில் பிரபலமடைந்து லீவரின் தலைசிறந்த ப்ராண்ட்களில் ஒன்றாகத் திகழ்ந்தது.

திட்டமிடுங்கள், வெற்றி பெறுங்கள்!

"If you fail to plan you plan to fail."

மார்க்கெட்டிங்கில் உள்ள முக்கியமான அம்சங்களை அறிந்து கொண்டோம். இதை வைத்துக் கொண்டு மார்க்கெட்டில் இறங்கி பிசினஸில் ஒரு கை பார்க்க நீங்கள் துடிப்பது எனக்கு புரிகிறது. உங்கள் மார்க்கெட்டிங் அறிவை ஓரளவேனும் முழுமையாக்க நீங்கள் தெரிந்துகொள்ளவேண்டிய விஷயம் இன்னமும் ஒன்று உள்ளது.

திட்டமிடுதல் (Strategic Planning)

மார்க்கெட்டிங்கை முழுவதுமாக அறிந்துகொள்ள, திட்டமிடு தலை அறிந்துகொள்ள வேண்டும். திட்டமிடுவது என்றால் என்ன, திட்டமிடுதலில் உள்ள முக்கிய அம்சங்கள் என்ன, எப்படித் திட்டமிடுவது என்பதைத்தான் இப்பொழுது அலசப் போகிறோம்.

கம்பெனியின் வளர்ச்சியையும் வருங்கால நலனையும் நிர்ண யித்து, அந்த நிர்ணயித்த இலக்கை நோக்கிச் செல்லத் தேவை யான வழிமுறைகளை வகுப்பதுதான் திட்டமிடுதல். இதை Strategic Planning Process என்பர். எந்த ஒரு தொழிலும் குருட்டாம் போக்கில் குத்து மதிப்பாகப் பயணிக்க முடியாது. பயணிக்கவும் கூடாது. நாம் காரில் சென்னையிலிருந்து கன்னியாகுமரி போக வேண்டும் என்றால், அங்கு எப்படிப் போவது, அங்கு போய்ச் சேர சிறந்த மார்க்கம் எது, எத்தனை மணி நேரம் ஆகும் என்பதைத் திட்டமிட்டுக் கிளம்புவது புத்திசாலித்தனம். போகிற

வழியில் பார்த்துக் கொள்ளலாம் என்று திட்டமிடாமல் கிளம்பி னால் கால விரயமும் பண விரயமும் அலைச்சலும்தான் மிஞ்சும். கன்னியாகுமரி போய்ச் சேர்வதற்குள் (ஒருவேளை போய்ச் சேர்ந் தால்) குமரி பாட்டியாகி இருந்தாலும் ஆச்சரியப்படுவதற்கு இல்லை.

கம்பெனி என்னும் காரை இலக்கை நோக்கி இட்டுச் செல்லும் Road Map-தான் திட்டமிடுதல். இன்னும் சொல்லப் போனால், நாம் செல்ல வேண்டிய இலக்கை நிர்ணயிப்பதும் திட்டமிடுதல்தான். இலக்கை நிர்ணயிப்பதிலிருந்து அந்த இலக்கை அடையத் தேவை யானவற்றை வரையறுக்க உதவுவதுதான் 'திட்டமிட்ட உத்தி வழிமுறை' (Strategic Planning Process). அந்த வழிமுறையின் முக்கிய மான படிகளை இப்பொழுது ஒவ்வொன்றாகப் பார்ப்போம்.

வியாபாரக் குறிக்கோளை நிர்ணயிப்பது

ஒவ்வொரு தொழிலும் ஏதோ ஒன்றைச் சாதிக்கவே தொடங்கப் படுகிறது. காய்கறி விற்க, கத்திரிக்கோல் தயாரிக்க, கடன் கொடுக்க அல்லது கணினிக் கல்வி கற்பிக்க என்று ஏதோ ஒரு குறிப்பிட்ட வியாபார நோக்கத்துடன் தொடங்கப்படுகிறது. தன் இலக்கை நிர்ணயம் செய்து அதற்கேற்ற தொழிலை தேர்ந் தெடுப்பதுதான் திட்டமிடுதலின் முதல் பணி. முக்கியப் பணி.

என்ன தொழில் என்பதை எப்படிக் குறிப்பிடுவது? பெரும் பாலும் கம்பெனிகள் தாங்கள் தயாரிக்கும் பொருள்களைக் கொண்டு 'இன்ன தொழிலில்' இருப்பதாகக் கூறுகின்றன. 'தொழில் என்பதை, விற்கும் பொருளைக் கண்டு வகுக்காமல் பூர்த்தி செய்யும் வாடிக்கையாளரின் தேவையைக் கொண்டு அறுதியிட வேண்டும்' என்று கூறுகிறார் தியோடர் லெவிட் (Theodore Levitt) என்னும் மார்க்கெட்டிங் அறிஞர்.

பெப்சி கம்பெனி 'கோலா பானங்கள்' தயாரிக்கும் கம்பெனி அல்ல. மக்களின் தாகம் தீர்க்கும் பானங்களை தயாரிக்கும் கம்பெனி. இப்படிக் கூறுவதால் பொருள் எப்படி மாறுகிறது, தொழிற் கண்ணோட்டம் எப்படி விரிவடைகிறது என்பதைப் பாருங்கள். பெப்சி தங்களை கோலா தயாரிக்கும் கம்பெனி என்று வரையறுத்துக் கொண்டால் வெறும் 'பெப்சி கோலாவை' மட்டுமே கட்டிக் கொண்டு மாரடித்துக் கொண்டிருக்கும். மாறாக, பெப்சி கம்பெனி தங்களை 'தாகம் தீர்க்கும் பானங் களைத் தயாரிக்கும் கம்பெனியாக' பாவித்துக் கொண்டதால்தான்

'மிரிண்டா', 'மௌண்டன் ட்யூ', 'அக்வா ஃபினா' என்று பலவித பானங்களையும் மினரல் வாட்டரையும் அறிமுகப்படுத்த முடிந்தது. அது மட்டுமில்லாமல் உலகின் தலைசிறந்த பானங் கள் தயாரிக்கும் கம்பெனிகளில் ஒன்றாகத் திகழ முடிகிறது.

செய்யும் தொழிலை, தயாரிக்கும் பொருள்களை கொண்டு வரையறுப்பது குறுகிய மனப்பான்மை மட்டும் அல்லாது தோல்விக்கும் வழி வகுப்பது. இருபது வருடங்களுக்கு முன்பு வரை தமிழ்நாட்டில் சினிமா தியேட்டர் தொழில் சக்கைப் போடு போட்டது. ஊரெங்கும் தியேட்டர்கள், ஒவ்வொரு தியேட்டரி லும் மக்கள் முற்றுகை என்ற நிலை தான் இருந்தது. ஆனால் இன்றோ பாதிக்குப் பாதி தியேட்டர்கள் கல்யாண மண்டபங் களாகவும் ஷாப்பிங் காம்ப்ளெக்ஸ்களாகவும் பல மாடிக் குடி யிருப்புகளாகவும் மாறியிருப்பதைக் காண்கிறோம். மீதியிருக் கும் தியேட்டர்களும் பெரும்பாலும் ஹவுஸ்ஃபுல்லாக இல்லா மல் ஏதோ கடனே என்றுதான் ஓடிக் கொண்டிருக்கின்றன.

ஏன் இந்த நிலைமை என்று தியேட்டர்களைக் கேட்டால், 'திருட்டு வீடியோ', 'பெருகி வரும் தமிழ் டிவி சேனல்கள்' என்ற காரணங்களை கூறுவார்கள். அதுவல்ல காரணங்கள். தியேட்டர் காரர்கள் பலரும் தாங்கள் 'சினிமா தொழிலில்' இருப்பதாக நினைத்துக் கொண்டார்கள். அங்குதான் ஆரம்பித்தது அவர்களுக்கு சனி. ஏனெனில் அவர்கள் நினைத்ததுபோல் அவர்கள் சினிமா தொழிலில் இல்லை. 'மக்களை மகிழ்விக்கும்' தொழிலில் இருந்தார்கள். அவர்கள் பூர்த்தி செய்தது மக்களின் மகிழ வைக்கும் தேவையை. அதை உணர அவர்கள் மறந்தார்கள். அதனால்தான் மக்கள் தங்களை மகிழ வைக்கும் மற்ற வழிகளான 'டி.வி.', 'கேபிள் சேனல்கள்', 'Amusement Parks' போன்றவை பெருகியவுடன் அவற்றை நாடிச் செல்லத் தொடங்கினர். அதனால் தியேட்டர் களுக்கு வருவதைத் தவிர்த்தனர். அல்லது குறைத்துக் கொண்டனர்.

எல்லா தியேட்டர்களும் இவ்வாறு நினைக்கவில்லை. சில புத்திசாலி தியேட்டர்காரர்களும் இருக்கத்தான் செய்தார்கள். உதாரணமாக சென்னையில் உள்ள 'சத்யம் காம்ப்ளெக்ஸ்' இன்றும் வெற்றிகரமாக இயங்கிக் கொண்டிருக்கிறது. அதற்கு முக்கியக் காரணம் அவர்கள் தம்மை 'மக்களை மகிழ வைக்கும் தொழிலில்' இருக்கிறோம் என்று எண்ணிக் கொண்டதுதான். அதற்கு உண்டான அனைத்தையும் தங்கள் தியேட்டருக்கு வரும் வாடிக்கையாளர் களுக்கு அளிக்குமாறு தங்களை மாற்றிக் கொண்டார்கள்.

மூன்றாக இருந்த தியேட்டர்களை ஐந்தாக மாற்றினர். எப்பொழுது வந்தாலும் ஏதாவது ஒரு தியேட்டரில் டிக்கெட் கிடைக்குமாறு செய்தனர். வீட்டிலோ ஆபிஸிலோ அமர்ந்தவாறே இணையத்தளத்தில் டிக்கெட் புக்கிங் செய்யும் வசதியை அறிமுகப்படுத்தினர். வெறும் டிக்கெட்டை மட்டும் இல்லாமல் தியேட்டரில் எந்த இருக்கையில் உட்கார்ந்து பார்க்க விருப்பமோ அந்த இருக்கையைத் தேர்ந்தெடுக்கும் வசதியையும் அளித்தனர். பெற்றோர்கள் தங்கள் கைக் குழந்தைகளின் தொல்லையின்றி படம் பார்க்க வசதியாக தியேட்டர் வளாகத்தில் 'குழந்தைகள் காப்பகம்' அமைத்தனர். இத்தனையும் செய்ததால் தான் 'சத்யம் காம்ப்ளெக்ஸ்' இன்று வெற்றிகரமாக இயங்கிக் கொண்டிருக்கிறது. தாங்கள் அளிப்பது சினிமா என்னும் பொருளல்ல, மகிழ்ச்சி என்னும் சேவை என்பதை நன்கு உணர்ந்ததால் அடைந்த வெற்றி இது!

SWOT-ஐ அறுதியிடுவது

திட்டமிடுதலின் இரண்டாவது முக்கியபடி கம்பெனியின் SWOT-ஐ அறுதியிடுவது. SWOT என்பது நான்கு முக்கிய அம்சங்களின் முதல் எழுத்தின் சேர்ப்பு: Strengths, Weaknesses, Opportunities, Threats. அதாவது ஒரு கம்பெனியின் பலங்கள், பலவீனங்கள், வாய்ப்புகள் மற்றும் அபாயங்கள்.

ஒவ்வொரு கம்பெனிக்கும் தனக்கென்று பிரத்யேக பலங்கள் இருக்கும். இருக்க வேண்டும். ஆஞ்சநேயருக்கு அவர் பலம் தெரியாது என்று கூறுவார்கள். அது எப்படியோ, கம்பெனிக்குத் தன் பலங்கள் என்னவென்று தெளிவாக தெரிய வேண்டும். தெரிந்தால்தான் தன் பலங்களுக்கேற்ப உத்திகளை வகுத்துக் கொள்ள வேண்டும். உதாரணமாக இந்துஸ்தான் லீவரின் பலங்களில் ஒன்று நாடெங்கும் பரந்து விரிந்திருக்கும் அவர்களின் விநியோக முறை. மூலைமுடுக்கெல்லாம்கூடப் பொருள்கள் சென்று அடையும் வகையில் ஸ்டாக்கிஸ்டுகளையும் விற்பனை சக்தியையும் கொண்டிருக்கிறது லீவர்ஸ். அந்த பலத்தைக் கொண்டுதான் அவர்களால் ஏழை எளிய வாடிக்கையாளர்களும் வாங்கக்கூடிய வகையில் பொருள்களை வெற்றிகரமாகத் தயாரித்து விற்க முடிகிறது.

எவ்வளவு பெரிய கம்பெனியாக இருந்தாலும் அதற்கு பலவீனங்கள் இருக்கும். இருந்தே ஆக வேண்டும். கடும் முயற்சி எடுத்து

திட்டங்கள் தீட்டி பலவீனங்களின் வீரியத்தை வேண்டுமானால் குறைக்கலாமே ஒழிய பலவீனங்களே இல்லாத கம்பெனியைக் காண்பது அரிது. எந்த ஒரு கம்பெனியும் தன் பலவீனங்களை இனங்கண்டு, முடிந்தவரை அதைக் களைய முயற்சி செய்ய வேண்டும். அதைவிட முக்கியமானது அந்த பலவீனங்கள் கம்பெனியின் செயல்களையும் வருங்காலத்தையும் பாதிக்காத வண்ணம் உத்திகளை அமைத்துக் கொள்வது. உதாரணமாக 'கோபால்' பல்பொடியின் பலவீனம் தமிழ்நாட்டில் மட்டுமே பரிச்சயமான அதன் பெயர். இந்த பலவீனத்தை வைத்துக் கொண்டு கோபால் பல்பொடியை இந்தியாவெங்கும் விநியோகித்து விற்க முயற்சி செய்வது தகுந்த பயனைத் தராது. ஆனால் ப்ராண்ட் பிரபலமாக இருக்கும் தமிழ்நாட்டின் பட்டி தொட்டி களில் எல்லாம் விநியோகித்து விற்பதே அவர்கள் உத்தியாக இருக்க வேண்டும்.

எந்த ஒரு கம்பெனியும் தொடர்ந்து வளர்ச்சிப் பதையில் பயணிக்க மார்க்கெட்டிலோ வாடிக்கையாளர்கள் மூலமாகவோ தோன்றும் வாய்ப்புகளை இனங்கண்டு கொண்டு அதைப் பயன்படுத்திக் கொள்ளும் தன்மையை வளர்த்துக் கொள்ள வேண்டும். குளத்தில் ஒற்றைக் காலில் நின்றுகொண்டு அருகில் மீன் வரட்டும், பிடித்துத் தின்போம் என்று நினைக்கும் கொக்கைப்போல் வாய்ப்புகள் தங்களைத் தேடி வரட்டும், ஒரு கை பார்க்கலாம் என்று எந்த கம்பெனியும் இருந்துவிடக் கூடாது. தாமாகவே வாய்ப்புகளைத் தேடிப் போக வேண்டும். தொடர்ந்து மார்க்கெட்டை, மார்க்கெட் போக்கை, வாடிக்கையாளர்களை, அவர்கள் குணாதிசயங்கள் மற்றும் தேவைகளைக் கண்காணித்து கொண்டே இருக்க வேண்டும்.

வாய்ப்புகளை இனங்கண்டு கொள்வதென்பது ஒரு தனித் திறமை. அதை வளர்த்துக் கொள்வது கம்பெனியின் வளர்ச்சிக்கு இன்றியமையாதது. இந்தக் காலக் குழந்தைகளிடம் படிக்கும் பழக்கம் அதிகம் வளர்ந்து வருவதை கண்டுகொண்ட விகடன் நிறுவனம் அவர்களுக்கென்றே பிரத்யேகப் பத்திரிகையான 'சுட்டி விகடனை' அறிமுகப்படுத்தி பெரும் வெற்றி பெற்று வருவதை நாம் கண்கூடாகப் பார்க்கிறோம்.

கம்பெனி கண்காணிக்க வேண்டிய மற்றொரு முக்கிய விஷயம் எதிர்பாராமல் தாக்கும் அபாயங்களை. அபாயங்கள் என்பவை, தன்னைத் தற்காத்துக் கொள்ளாத படசத்தில் கம்பெனியின்

விற்பனையையோ, லாபத்தையோ பாதிக்கக்கூடிய, சில சமயம் கம்பெனியின் உயிருக்கே கூட உலை வைக்கக்கூடிய நெருக்கடிகள். அவை எந்த நேரத்திலும் வரலாம். எந்த உருவத்திலும் வரலாம். பலம் பொருந்திய புதிய போட்டியாளர் உருவத்திலோ, மாறும் வாடிக்கையாளர் விருப்பங்கள் வாயிலாகவோ, கம்பெனியின் நலனுக்கெதிரான அரசாங்க சட்ட திட்டங்கள் மூலமாகவோ 'அபாயங்கள்' எப்படி வேண்டுமானாலும் கம்பெனியை சுனாமி போல் தாக்கலாம்.

ஆகவேதான் எந்த கம்பெனியும் தன்னைத் தற்காத்துக் கொள்ள கழுகுபோல் மார்க்கெட் போக்கையும், புறச்சூழல் காரணிகளையும் கண்காணித்து விழிப்புணர்வுடன் இருக்க வேண்டும். திறமையான கம்பெனிகள் இதற்கு ஒரு படி மேலேயே செல்லும். அவர்கள் எப்படிப்பட்டட அபாயங்கள் தங்களைத் தாக்கக் கூடும் என்பதை கண்டறிந்து அவை தாக்காமல் இருக்க என்ன செய்ய வேண்டும், தாக்கியே தீருமானால் அந்தத் தாக்குதலை எப்படிச் சமாளிப்பது என்பதை முன்கூட்டியே திட்டமிட்டு பாதுகாப்பு நடவடிக்கைகளை மேற்கொள்ளுவர்.

இலக்கை நிர்ணயிப்பது (Goal formulation)

SWOT-ஐ அறுதியிட்டபிறகு கம்பெனி திட்டமிடும் காலத்துக்கான இலக்கை நிர்ணயிக்க வேண்டும். நிர்ணயிக்கப்படும் இலக்கு பல வகைப்படும். குறிப்பிட்ட அளவு விற்பனை உயர்வு, லாபத்தை அதிகரிப்பது, புதிய பொருள்களை அறிமுகப்படுத்துவது, சந்தையில் தம் ப்ராண்டின் பங்கை (Market share) அதிகரிப்பது என இலக்குகள் பல வகைப்படும். எப்படி இருந்தாலும் எல்லா கம்பெனிகளுக்கும் இலக்கு என்று ஒன்று இருந்தே ஆக வேண்டும். ஒவ்வொரு காலகட்ட முடிவிலும் அடைய வேண்டிய இலக்கை நிர்ணயிக்காமல் செயல்புரியும் கம்பெனி எங்கு செல்வது, எப்படிச் செல்வது என்று புரியாமல் திருவிழாவில் காணாமல் போன குழந்தையைப் போல் திருதிருவென்று முழித்துக் கொண்டுதான் இருக்கும்.

இலக்கை நிர்ணயிக்கும் பொழுது முக்கியமாக கவனத்தில் கொள்ள வேண்டியவை இவை:

★ இலக்கை நிர்ணயிக்கும்பொழுது ஒரு கோர்வையாக நிர்ணயிப்பது அவசியம். உதாரணமாக ஒரு குறிப்பிட்ட

காலத்துக்குள் நம் தொழிலில் போட்ட முதலீட்டுக்கு அதிக லாபம் பெற வேண்டும் என்று இலக்கு நிர்ணயிக்கிறோம் என்று வைத்துக் கொள்வோம். லாபத்தை அதிகரிப்பது எப்படி என்பது அடுத்த கேள்வி. அதற்கு இரண்டு வழிகள். ஒன்று விற்பனையை அதிகரிப்பது. மற்றொன்று செலவுகளை குறைப்பது. விற்பனையை அதிகரிப்பது என்று முடிவெடுத் தால் அதற்குப் பல வழிகள். விலையை கூட்டலாம், அல்லது பொருள் அதிகமாக விற்க விலையைக் குறைக்கலாம், புதிய ஊர்களில் பொருள்களை விநியோகம் செய்யலாம், பிற நாடுகளுக்கு ஏற்றுமதி கூடச் செய்யலாம். இதுபோல் இலக்கை நிர்ணயித்துவிட்டு அதை அடையத் தேவையான செயல்களை அடையாளம் கண்டு அதை ஒவ்வொன்றாகச் செயல்படுத்தும் முறைக்கு 'நோக்கங்களை கொண்டு நிர்வகிப்பது' (Management by Objectives) என்று நிர்வாகவியல் அறிஞர்கள் கூறுவர்.

★ இலக்கை முடிந்த வரை குறிப்பிட்ட எண்ணிக்கை கொண்டு நிர்ணயிப்பது நல்லது. 'லாபத்தை அதிகரிப்பது', 'விற் பனையை உயர்த்துவது' என்று மொட்டையாக இலக்கு நிர்ணயிக்காமல் 'லாபத்தை 15% அதிகரிப்பது', 'விற் பனையை இரண்டு மடங்காக உயர்த்துவது' என்று குறிப் பிட்ட எண்ணிக்கை கொண்டு வரையறுப்பது முக்கியம். அப்பொழுதுதான் இலக்கு வலிமை பெற்று அதை அடையத் தேவையான உந்துதலை கம்பெனியில் உள்ள அனைவருக் கும் அளிக்கிறது.

★ இலக்கு அடையக்கூடியதாக இருப்பது அவசியம். கம்பெனி தங்கள் சக்திக்குட்பட்ட, தங்கள் பொருளாதார நிலைக்கு ஏற்ற இலக்காக நிர்ணயிக்க வேண்டும். 'கூரை ஏறி கோழி பிடிக்கத் தெரியாதவன் வானம் ஏறி வைகுண்டம் போகிறேன்' என்று சொல்வதைப் போல் பேராசைப்படாத அதே சமயம் பெருமுயற்சிக்கு அடி போடுவதாக இருக்க வேண்டும்.

★ நிர்ணயிக்கப்படும் இலக்கு பொருத்தமாக (consistent) இருக்க வேண்டும். உதாரணமாக விற்பனையை அதிகரிப்பதும் செலவுகளை குறைப்பதும் ஒரு சேர இலக்குகளாக இருப்பது நடக்காத காரியம். ஏனெனில் பெரும்பாலும் விற்பனையை அதிகரிக்க மார்க்கெட்டிங் மற்றும் தகவல் தொடர்புச் செலவுகளை அதிகரிக்க வேண்டி இருக்கும்.

உத்தியை வடிவமைப்பது (Strategy Formulation)

எதை அடைவது என்பதை நிர்ணயிப்பது இலக்கு. அதை எப்படி அடைவது என்று வரையறுப்பது உத்தி! மார்க்கெட்டிங் என்பதே உத்திகள்தானே. உலகின் தலைசிறந்த பல்கலைக்கழகம் என்று போற்றப்படும் 'ஹார்வர்டின்' பேராசிரியர் மைக்கேல் போர்ட்டர் (Michael Porter) *1980*-ல் Generic Strategies என்னும் சித்தாந்தத்தை அறிமுகப்படுத்தினார். 'கம்பெனிகளின் எல்லா உத்திகளும் மூன்று வகைக்குள் அடங்கும், அடங்க வேண்டும்' என்பதே அவர் கூறியது. அதைத்தான் Three Generic Strategies என்றார். அந்த மூன்றையும் இப்பொழுது பார்ப்போம்.

செலவைக் கட்டுப்படுத்துவது (Cost Leadership): இவ்வகை கம்பெனிகள் அதிக முயற்சி எடுத்து தங்களின் தயாரிப்பு மற்றும் மார்க்கெட்டிங், விநியோகச் செலவுகளை எவ்வளவு கட்டுப்படுத்த முடியுமோ அதற்கு மேலேயும் கட்டுப்படுத்தி அதன்மூலம் தங்களின் பொருள்களின் விலையை மற்ற போட்டியாளர்களைக் காட்டிலும் குறைத்து விற்பர். நிர்மா, சுபிக்ஷா, ஏர் டெக்கன் போன்றவை இவ்வகை உத்தியை அமைத்துச் செயல்புரிபவை.

வித்தியாசப்படுத்திக் காட்டுவது (Differentiation): சில கம்பெனிகள் தங்கள் ப்ராண்டை மற்ற போட்டியாளர்களைவிட வித்தியாசப் படுத்தி எத்தனை போட்டிக்கிடையேயும் தனித்துத் தெரியும்படி உத்தியை அமைத்துச் செயல்புரிவர். இவ்வகை உத்திக்கு Differentiation Strategy என்று பெயர். 'நீல்கிரீஸ்' என்னும் பல்பொருள் அங்காடி இவ்வகை உத்தியை அமைத்துச் செயல்புரியும் கம்பெனி. 'சிறந்த முறையில் வெளிநாட்டுக் கடைகளைப் போன்ற ஷாப்பிங் செய்யத் தோதான அமைப்பை' வாடிக்கையாளர்களுக்கு அமைத்துத் தருவதே தங்கள் உத்தி என்று வரையறுத்து அதற்கேற்ப தொழில் புரிகின்றனர். அதனால்தான் நல்ல பரந்து விரிந்த கடைகள், பார்க்கிங் செய்யப் போதுமான வசதி, ஏர்-கண்டிஷன் செய்யப்பட்ட குளுமை, தேர்ந்த விற்பனைப் பிரதிநிதிகள் என்று அடுக்கி வாடிக்கையாளர்களுக்கு உலகத் தரத்துடன் கூடிய ஷாப்பிங் அனுபவத்தை அளிக்கின்றனர்.

சுருங்கச் சொன்னால் அவர்களின் உத்தி 'உலகத் தரம் வாய்ந்த சேவை'. அதற்கு என்ன வேண்டுமோ அதைச் செய்கின்றனர். அதனால்தான் நீல்கிரீஸ் கடைகளில் 'சேல்', 'விலை குறைப்பு', 'இரண்டு வாங்கினால் ஒன்று ஃப்ரீ' போன்றவற்றைப் பார்க்க

முடியாது. ஏனெனில் நீல்கிரீஸின் வாடிக்கையாளர்கள் அதை எதிர்பார்த்துக் கடைக்கு வருவதில்லை. 'எனக்கு விலை ஒரு பொருட்டல்ல, நல்ல ஷாப்பிங் அனுபவம்தான் முக்கியம்' என்று நினைக்கும் வாடிக்கையாளர்களை மட்டுமே கவர்ந்து இழுப்பதால்தான் நீல்கிரீஸ், சேவை மூலம் தங்களை வித்தியாசப் படுத்த முயற்சி செய்கின்றனர்.

ஒருமுகப்படுத்தல் (Focus): ஒரு சில கம்பெனிகள் ஏதேனும் ஒன்றோ இரண்டோ சந்தைப் பிரிவைத் தேர்ந்தெடுத்து அந்தப் பிரிவு வாடிக்கையாளர்களை மட்டும் மகிழ்வடையச் செய்யும் வகையில் பொருள்களைக் குறைந்த விலையிலோ அல்லது பொருள்களை மற்ற போட்டியாளர்களிடமிருந்து வித்தியாசப் படுத்தியோ விற்க முற்படுவர். இதற்கு Focus Strategy என்று பெயர். உதாரணமாக 'மியூசிக் வேர்ல்ட்' என்னும் கம்பெனி தங்கள் கடைகளில் இசை சம்பந்தமான பொருள்களான CD, காஸெட், DVD போன்றவற்றை மட்டுமே மையப்படுத்தி 'சிறந்த சொகுசான சேவை' அளிக்கும் வகையில் தொழிலை வகைப்படுத்தி உள்ளனர். அதனால்தான் பல மொழி இசைப் பொருள்கள், ஏர்-கண்டிஷன் வசதி, இசையைக் கேட்டு பிடித்திருந்தால் வாங்கும் வசதி போன்றவற்றை அளித்து விற்பதையே தங்கள் உத்தியாக கொண்டுள்ளனர்.

மேற்கூறிய மூன்று வகையான உத்திகள்தான் எந்த ஒரு தொழிலுக்கும் ஆதாரமானது. எந்த ஒரு கம்பெனியும் இந்த மூன்றில் ஒன்றைத் தேர்ந்தெடுத்து அதற்கேற்ப தங்கள் தொழிலை வடிவமைத்துக் கொள்ளவேண்டும். தொடர்ந்து மார்க்கெட்டில் வெற்றி பெற்று வரும் எந்த ஒரு கம்பெனியை எடுத்து அவர்கள் உத்தியை அலசிப் பார்த்தாலும் இந்த மூன்றில் ஒன்றைத்தான் அவர்கள் தேர்ந்தெடுத்திருப்பது உங்களுக்கே விளங்கும்.

இந்த மூன்று உத்திகளில் ஏதேனும் ஒன்றைத் தெளிவாகத் தேர்ந்தெடுக்காமல் ஏற்கெனவே ஒன்றிருக்க மற்றோர் உத்தியையும் உபயோகிப்பவர்கள் குழப்பத் திலகர்கள். தோல்வியடையத் தயாராக இருப்பவர்கள். உதாரணத்துக்கு 'ஃபுட் வேர்ல்ட்' என்னும் பலசரக்கு அங்காடியை எடுத்துக் கொள்வோம். 'சுபிக்ஷா'வைப் போல் 'நீல்கிரீஸை'ப் போன்ற கடைதான் அதுவும். அவர்கள் தங்கள் கடைகளை Differentiation உத்தி அமைப்பைத் தேர்ந்தெடுத்து தொழிலைத் தொடங்கினர்.

அதற்கேற்ப நகரின் பிரதான சாலைகளில் விஸ்தாரமான கடைகள், ஏர்-கண்டிஷன் வசதி, பார்க்கிங் செளகரியம், நான்கடிக்கு ஒரு தேர்ந்த விற்பனையாளர் என்று வடிவமைத்தனர். ஆனால் போகப் போகக் கடைகளில் விற்பனையை அதிகரிக்கும் பேராசையுடன் பொருள்களில் பலவற்றையும் குறைந்த விலைக்கு விற்க முற்பட்டனர். அதனால்தான் 'ஃபுட் வேர்ல்ட் சேல்', 'தினமும் குறைந்த விலை', 'இலவசம்' போன்ற விலை குறைப்பு சித்து வேலைகளில் இறங்கினார். அதாவது சுபிக்ஷா போன்ற கடை களின் வாடிக்கையாளர்களையும் கவரும் வண்ணம் அந்தக் கடைகள் பயன்படுத்தும் உத்தியையும் கையாண்டனர்.

இதனால் விற்பனை கூடியதா?

அவர்கள் எதிர்பார்த்தது போல் 'சுபிக்ஷா' போன்ற கடைகளின் வாடிக்கையாளர்கள் ஃபுட்வேர்ல்டைத் திரும்பிக் கூடப் பார்க்க வில்லை. ஏனெனில், அந்த வாடிக்கையாளர்களை பொருத்தவரை ஏர்-கண்டிஷன் செய்யப்பட்ட விஸ்தாரமான அழகான ஃபுட் வேர்ல்ட் கடைகளில் விலைகள் அதிகமானவை, பணக்காரப் பெண்மணிகளுக்கு மட்டுமே ஏற்றவை என்ற எண்ணம்தான்.

மேலும் ஃபுட்வோர்ல்ட் என்னதான் தலைகீழாக நின்றாலும் அவர்களின் விலைகள் சுபிக்ஷாவைவிடக் குறைவாக இருக்க முடியாது. ஏனெனில் ஃபுட்வேர்ல்ட் மலிவான விலைகளுக்கு விற்கும்படியான வகையில் வடிவமைக்கப்படவில்லை. பெரிய விஸ்தாரமான கடைகள் என்பதால் அதிக வாடகை, ஏர்-கண்டிஷன் வசதியால் அதிக மின்சாரக் கட்டணம், தேர்ந்த வாடிக்கையாளர்கள் என்பதால் அதிகச் சம்பளம் என்று அவர்களின் செலவுகள் அதிகமானவை. அதை வைத்துக் கொண்டு எப்படிக் குறைந்த வாடகை, குறைந்த மின்சாரக் கட்டணம், குறைந்த சம்பளம் ஆகியவற்றுடன் வியாபாரம் செய்யும் சுபிக்ஷா போன்ற கடைகளுடன் விலையில் போட்டி போட முடியும்?

அது மட்டும் இல்லாமல், ஃபுட்வேர்ல்ட் குறைந்த விலைக்கு விற்க ஆரம்பித்ததால் அவர்களுக்குப் பண வரவும் குறைந்து, அதனால் அவர்களால் தங்கள் வாடிக்கையாளர்களுக்கு தேவையான சேவையைச் செய்ய முடியவில்லை. அதனால் படிப்படியாக ஃபுட்வேர்ல்டின் வாடிக்கையாளர்களும் நீல்கிரீஸ் போன்ற கடைகளுக்கு மாறத் தொடங்கினர். 'உள்ளதும் போச்சுடா நொள்ளைக்கண்ணா' என்ற கதைதான் இன்று ஃபுட் வேர்ல்ட்!

இந்தக் கதை நமக்கு உணர்த்தும் பாடம் இதுதான். ஒவ்வொரு கம்பெனியும் தங்கள் திறமைக்கேற்ப, தேவைக்கேற்ப ஓர் உத்தியைத் தேர்ந்தெடுத்து வகுத்துக் கொள்ள வேண்டும். அதற்கேற்ப தங்கள் செயல்பாடுகளை வகைப்படுத்திக் கொள்ள வேண்டும். ஓர் உத்தியை வகுத்துக் கொண்டபிறகு இன்னோர் உத்தியையும் சேர்த்துக் கொண்டால் கல்லாவில் ஈதான் ஓட்டிக் கொண்டிருக்க வேண்டும்!

உத்திகளை நடைமுறைப்படுத்துவது

தங்களுக்குத் தோதான உத்தியைத் தேர்ந்தெடுத்தபிறகு, ஒரு கம்பெனி அதற்கேற்ப தன் செயல்பாடுகளை வடிவமைத்துக் கொள்ள வேண்டும். உத்தியை திறம்பட வடிவமைப்பது மட்டுமே வெற்றியைத் தராது. அதற்கேற்ற செயல்களையும் நடைமுறைப் படுத்துவது அவசியம்.

'மெக்கென்சி கன்சல்ட்டிங்' என்னும் பன்னாட்டு கன்சல்டிங் கம்பெனி, உத்தியை நடைமுறைப்படுத்தத் தேவையானவையாக ஏழு அம்சங்களை முன்வைக்கிறது. இதற்கு '7S Framework' என்று பெயர்.

Strategy : ஒவ்வொரு நிறுவனத்துக்கும் ஆதாரமானது அது அமைக்கும் உத்தி. ஆதாரமானது என்றாலும் இது மட்டுமே வெற்றியைத் தராது.

Structure : அடுத்து நிறுவனத்தின் அமைப்பு. அரசு அலுவலகங்களைப் போல ஒருவர் செய்யக்கூடிய வேலைக்கு பத்து பேரை நியமிக்காமல் lean and mean ஆக - குறைவான ஆள்களைக் கொண்டு அதே சமயம் நேர்த்தியாக இயங்கும் அமைப்பை வடிவமைப்பது.

Systems : நிறுவனம் நடத்தப்படும் விதத்தை அறுதியிடுவது இந்த Systems. நிறுவனத்தின் சட்டதிட்டங்கள், கொள்கைகள், நடைமுறைகள் போன்றவற்றைக் குறிப்பது.

Style : ஒவ்வொரு நிறுவனத்திலும் வேலை செய்யும் விதம், நிர்வாகத் திறன் முதலியவை மாறுபடும். இதற்கு 'Style' என்று பெயர். சில நிறுவனங்கள் 'வெட்டு ஒன்று துண்டு ரெண்டு' என்கிற ரீதியில் சட்டென்று சுறுசுறுப்பாக முடிவுகளை எடுப்பார்கள். வேறு சில நிறுவனங்களோ 'பொறுத்தார் பூமி ஆள்வார்' ரேஞ்சுக்கு ஸ்லோ மோஷனில் முடிவுகளை எடுப்பார்கள்.

Skills : நிறுவனத்தைத் தனித்து நிறுத்திக் காட்டும் திறமைகளுக்கு 'Skills' என்று பெயர். ஒவ்வொரு நிறுவனமும் தங்களுக்கே உரிய பிரத்யேகத் திறமைகளை உணர்ந்து அதை வளர்த்துக் கொள்ள முயற்சி செய்ய வேண்டும்.

Staff : ஒரு நிறுவனத்துக்கு அதில் பணி புரிவோரின் திறமையும் நேர்மையும் காலம் தவறாமையும் ஒழுங்கும் மிக மிக முக்கியம். சரியான பணிக்குச் சரியான ஆள்களை தேர்ந்தெடுத்து அவர்களுக்குத் தகுந்த பயிற்சி அளிக்க நிறுவனம் முயற்சி செய்ய வேண்டும்.

Shared values : ஏழாவதாக அமைந்தாலும் ஒரு நிறுவனத்துக்கு எழுச்சி ஊட்டுவது, அந்த நிறுவனத்தை வழிநடத்திச் செல்லும் விழுமியங்கள் (guiding values). சுருங்கச் சொன்னால் நிறுவனத்தின் நாடித் துடிப்பு.

மேற்கூறிய ஏழு அம்சங்களும் சரியான கலவையில் அமைந்தால் மட்டுமே எந்த ஒரு நிறுவனத்தாலும் தங்கள் உத்திகளை வெற்றி கரமாக நடைமுறைப்படுத்த முடியும் என்பதே மெக்கென்சியின் வாதம்.

Feedback and Control

உத்தியை வகுத்து நடைமுறைப்படுத்துவதோடு வேலை முடிந்து விடாது. அது செயல்படும் விதம், மார்க்கெட்டின் போக்கு, போட்டியாளர் செயல்கள், வாடிக்கையாளர் குணாதிசய மாறுதல் கள் போன்றவற்றைக் கண்காணித்துக் கொண்டே இருக்க வேண் டும். வெளிக் காரணிகளில் ஏற்படும் மாற்றங்களுக்கேற்ப, தேவைப்பட்டால் நிறுவனம் தன் உத்தியை மாற்ற வேண்டி இருக்கும்.

இவ்வகை மாற்றங்களை, சிறிய நிறுவனங்களில் மாற்றுவ தென்பது எளிதானது. ஆனால் பெரிய நிறுவனங்களில் மாற்றங் களை ஏற்படுத்துவது கடினமானது. ஐந்தில் வளைத்துவிடலாம்; ஐம்பதில் வளைக்க நாக்கு வெளியே வந்து நுரை தள்ளிவிடும். இதுபோன்ற சமயங்களில்தான் நிர்வாகத் திறமையும் நிறுவனத்தை வழிநடத்திச் செல்லும் தலைமையின் வீரியமும் அபரிமிதமாகத் தேவைப்படும். தலைமை சோப்ளாங்கியாக அமைந்துவிட்டால் மாற்றங்கள் ஏற்படாமல் நிறுவனத்தின் நிலைமை தெருக்கூத்தாகி விடும். வீறுகொண்ட தலைமை அமைந்தால்தான் மாற்றங்கள் தவறில்லாமல் அமையும்.

மார்க்கெட்டிங் நிறுவனத்தை உருவாக்குவது

"Marketing is too important to be left to the marketing department."

சில்லறை கடைக்காரர்கள் முதல் சிமெண்ட் தயாரிப்பாளர்கள் வரை, காய்கறிக்காரர் முதல் கம்ப்யூட்டர் டீலர்கள் வரை அனைவரின் வெற்றிக்கும் வித்திடுவது மார்க்கெட்டிங். ஒரு வகையில் பார்த்தால் வியாபாரம் எதுவானாலும் அனைத்துமே மார்க்கெட்டிங் கம்பெனிகள்தான். வாடிக்கையாளர் தேவையறிந்து, அவர் தேவைகளை மற்ற போட்டியாளரைவிடச் சிறந்த முறையில் பூர்த்தி செய்து அவரை மகிழ்விப்பதுதான் மார்க்கெட்டிங் என்றால், எல்லாத் தொழில்களுமே மார்க்கெட்டிங் தொழில்கள்தானே!

ஒவ்வொரு கம்பெனியும் ஒவ்வொரு கடையும் ஒவ்வொரு தொழிலும் தங்களை மார்க்கெட்டிங் நிறுவனங்களாக வடிவமைத்துக் கொள்வது போட்டிகள் நிறைந்த இந்த மார்க்கெட்டிங் யுகத்தின் கட்டாயம். மார்க்கெட்டிங்கின் ஆதாரமான அம்சங்களை இதுவரை கண்டுகொண்டீர்கள். இனி நம் தொழிலை, நம் கம்பெனியை ஒரு மார்க்கெட்டிங் நிறுவனமாக மாற்றிக் கொள்வது எப்படி என்பதைப் பார்ப்போம்.

மார்க்கெட்டிங் பங்களிப்பு கம்பெனிகளில் மாறி வருகிறது. பொருளை வடிவமைப்பவர்கள் ஒரு டிபார்ட்மெண்ட்; அதை உருவாக்குபவர்கள் ஒரு தனி டிபார்ட்மெண்ட்; கணக்கு வழக்குகள் பார்ப்பவர்கள் வேறொரு டிபார்ட்மெண்ட் என்ற காலம் மலையேறத் தொடங்கிவிட்டது. பொருளை உருவாக்கி விட்டோம், அதை விற்பது மார்க்கெட்டிங் டிபார்ட்மெண்டின்

வேலையே ஒழிய நம் பணி இல்லை என்று உருவாக்குபவர்கள் நினைத்துவிட முடியாது.

தயாரிக்கப்பட்ட பொருள் வாடிக்கையாளருக்குத் தேவை யானதா, அவர் தேவையைப் பூர்த்தி செய்யுமா என்று அறிந்த பிற்பாடுதான் அந்தப் பொருள் தயாரிக்கப்பட்டிருக்க வேண்டும். அதற்கு வாடிக்கையாளரின் தேவை அறியப்பட்டிருக்க வேண்டும். அத்தேவையை அறிய நிறுவனத்துக்குத் தேவை மார்க்கெட்டிங் கோட்பாடுகள். ஆக வாடிக்கையாளரின் தேவையைப் பூர்த்தி செய்யத் தேவையான அனைத்தையும் ஒருங்கிணைக்கத் தேவை மார்க்கெட்டிங். இன்னும் சொல்லப்போனால் ஒரு கம்பெனியில் உள்ள அனைவருமே மார்க்கெட்டர்களாக மாற வேண்டிய காலகட்டத்தில்தான் நாம் இருக்கிறோம்.

மார்க்கெட்டிங் டிபார்ட்மெண்டை வடிவமைப்பது

ஒரு மார்க்கெட்டிங் நிறுவனத்தை உருவாக்க முதல்படி நிறுவனத்தில் உள்ள அனைவரையும் மார்க்கெட்டிங் சார அம்சங்களை அறிவது அவசியம் என்று பார்த்தோம். அடுத்த முக்கிய படி தேர்ந்த மார்க்கெட்டிங் டிபார்ட்மெண்டை உருவாக்குவது. கம்பெனியின் அளவுக்கேற்ப, விற்கும் பொருள்களின் எண்ணிக்கைக்கேற்ப, விற்கப்படும் சந்தையின் அளவுக்கேற்ப மார்க்கெட்டிங் டிபார்ட்மெண்டின் வடிவம் மாறுபடும். வடிவம் எப்படிப்பட்டதாக இருந்தாலும் அவர்களின் செயல்கள் பொதுவாக கீழ்கண்டவாறு இருக்கும்.

- ★ மார்க்கெட்டிங் டிபார்ட்மெண்ட் வாடிக்கையாளரின் செய்தித் தொடர்பாளராக இருக்க வேண்டும். அதாவது அவர்கள் தேவையறிந்து, தயாரிக்கும் பொருள்கள் பற்றிய வாடிக்கையாளர்களின் கருத்துக்களை நிறுவனத்தின் மற்ற டிபார்ட்மெண்டுகளுக்குத் தொடர்ந்து கூறும் தொடர்பாளர் வேலையைப் புரிய வேண்டும்.

- ★ சந்தையின் போக்கு, புதிய போட்டியாளர்கள், பொருளியல் மாற்றங்கள், அதனால் ஏற்படும் விளைவுகள் போன்றவற்றைத் தொடர்ந்து கவனித்து அதன் தாக்கங்களை இனங்கண்டுகொண்டு அதற்கேற்ற உத்திகளை அமைக்க வேண்டும்.

★ கம்பெனியின் இலக்கை நிர்ணயிப்பதில் உதவி, அதற்கேற்ற உத்திகளை அமைப்பதில் திறமை, போட்டியாளரைச் சமாளிக்கும் உத்தி போன்றவையும் மார்க்கெட்டிங் டிபார்ட்மெண்டின் பணிகள்.

★ மேலும் மார்க்கெட்டிங் டிபார்ட்மெண்டின் முக்கியமான பணி நிறுவனத்தின் ஊழியர்கள் அனைவரும் வாடிக்கையாளரை மனத்தில் எப்பொழுதும் இருத்திக்கொண்டே தம் செயல்களைச் செய்வதுபோல உருவாக்குவதுதான் (Customer Orientation).

மற்ற டிபார்ட்மெண்டுகளுடன் சுமுக உறவு நிலவச் செய்வது

இரண்டு பேருக்கு மேல் ஓரிடத்தில் சேர்ந்தால் அவர்களுக்குள் அரசியல் ஆரம்பமாகிவிடும். அடிதடியில் கூடப் போய் முடியலாம். தனி மனிதரிடத்திலேயே இப்படி என்றால், பல மனிதர்கள் வேலை செய்யும் அலுவலக டிபார்ட்மெண்டு களிடத்தில் எப்படி இருக்கும் என்ற கேட்கத் தேவையில்லை. பொதுவாகவே எல்லா நிறுவனங்களிலும் இதே கதைதான்.

உற்பத்தி டிபார்ட்மெண்ட்டில் இருப்பவர்கள் சதா சர்வகாலமும் மார்க்கெட்டிங் டிபார்ட்மெண்டைக் குறைகூறிக் கொண்டே இருப் பார்கள். மார்க்கெட்டிங் கேட்கும் பொருளில் மாற்றங்கள் சாத்தியம் இல்லை, பொருளின் தரத்தை இதற்கு மேல் உயர்த்த முடியாது என்று அழிச்சாட்டியம் செய்துகொண்டே இருப்பார்கள்.

ஃபைனான்ஸ் டிபார்ட்மெண்டைப் பற்றி கேட்கவே வேண்டாம். பொருளின் விலையை ஏற்றாவிட்டாலும் பரவாயில்லை, அடிக் கடி குறைத்துக் கொண்டே இருக்கிறார்கள், வாடிக்கையாளர் களுக்கு அளவுக்கு மீறிக் கடனில் விற்கிறார்கள், பணத்தின் அருமை தெரியாதவர்கள் மார்க்கெட்டர்கள் என்று புலம்பிக் கொண்டே இருப்பார்கள்.

சேல்ஸ் டிபார்ட்மெண்டுக்கோ மார்க்கெட்டர்கள் என்பவர்கள் 'வாய்ச்சொல் வீரர்கள்', அவர்கள் இஷ்டத்துக்கு விற்பனை இலக்கை நிர்ணயித்து எங்கள் உயிரை எடுப்பவர்கள், கடை கடையாக ஏறி இறங்கி விற்றால்தானே விற்பதன் கஷ்ட நஷ்டங்கள் புரியும் என்று கரித்துக் கொட்டிக் கொண்டே இருப்பார்கள்.

மார்க்கெட்டிங் டிபார்ட்மெண்டும் இவர்களுக்குச் சற்றும் சளைத்தவர்கள் அல்ல. அவர்களும் தம் பங்குக்கு சகட்டு மேனிக்கு அனைத்து டிபார்ட்மெண்டுகளையும் திட்டிக் கொண்டுதான் இருப்பார்கள். 'பைனான்ஸ் டிபார்ட்மெண்டுக்கு வாடிக்கையாளர்களை பற்றி என்ன தெரியும், சேல்ஸ் டிபார்ட் மெண்ட் சோம்பேறிகளின் கூடாரம், உற்பத்தி டிபார்ட் மெண்டுக்கு ஒழுங்காகப் பொருள்களை தயாரிக்கத் தெரிய வில்லை' என்று.

அனைத்து டிபார்ட்மெண்டுகளையும் அனுசரித்து நடத்திச் செல்ல வேண்டிய பொறுப்பு கம்பெனி நிர்வாகத்தினுடையது. ஒரு டிபார்ட்மெண்டைச் சேர்ந்த தேர்ந்தெடுத்த ஊழியர்களை மற்ற டிபார்ட்மெண்டுகளில் சிறிது காலம் பயிற்சி அளிப்பது (Deputation) அவர்களுக்கு மற்ற டிபார்ட்மெண்டுகளைப் பற்றித் தெரிந்து கொள்ள, அவர்களின் வேலைகளில் உள்ள கஷ்டங் களைப் புரிந்துகொள்ள உதவும். மாதத்துக்கு ஒருமுறை எல்லா டிபார்ட்மெண்டுகளும் கலந்தாலோசிக்கும் கூட்டத்தை (Inter-departmental Meeting) நடத்தவது டிபார்ட்மெண்ட்டுகளுக்குள் உள்ள சிக்கல்களை, மனஸ்தாபங்களை பேசித் தீர்த்துக் கொள்ள வழிவகுக்கும்.

அனைத்தையும் விட முக்கியமானது எல்லா டிபார்ட்மெண்டு களும், தாம் அனைவரும் ஒன்றாக இணைந்து ஒரு குறிப்பிட்ட இலக்கை அடையும் பயணத்தை மேற்கொள்கிறோம் என்று உணர வேண்டும். அவர்களை அப்படி உணர வைத்து, உணர்வு களைத் தூண்டி, உத்வேகத்துடன் செயல்பட வைப்பதில்தான் நிர்வாகத்தின் திறமையும் சூட்சுமமும் அடங்கி இருக்கிறது.

புதுமையான சிந்தனைகளை வரவேற்பது

பெருகி வரும் போட்டியாளர்கள் மத்தியில் ஒவ்வொரு தொழிலும் தனித்துவம் பெற்று தனியாக, தெளிவாகத் தெரிவது அவசியம். அதற்குத் தேவை புதுமையான சிந்தனை. மற்றவர் களைவிடப் புதுமையாகச் சிந்தித்து தனக்கென்று ஒரு பாதை அமைத்து வெற்றி இலக்கை எளிதில் சென்றடைய உதவும் Creative Thinking. அதை வரவேற்க நிர்வாகம் தயாராக இருக்க வேண்டும். வரவேற்பதோடு இல்லாமல் அதை வளர்க்கத் தேவையான வரைமுறைகளை, வழிமுறைகளைச் செயல்படுத்த வேண்டும். ஒரு சில புதுமைகள் தோல்விகளில் போய் முடிய

லாம். ஆனால் அதற்காகத் துவண்டுவிடாமல் அந்தப் புதுமைகளை புகுத்த நினைத்தவர்களைத் தட்டிக் கொடுத்து உற்சாகப் படுத்தும் வகையில் திட்டங்கள் வகுக்கப்பட வேண்டும்.

வெற்றிகரமான நிறுவனங்கள் அனைத்துமே புதுமைகள் ஊற்றெடுக்கும் ஊற்றுகள்தான் என்பதை எல்லா நிறுவனங்களின் நிர்வாகமும் உணர வேண்டும். எல்லாமும் செல்லும் பாதையிலேயே நாமும் சென்றால் எல்லோரும் சென்ற இடத்துக்குதான் நாமும் சென்று சேர முடியும். கிரிஸ்டோஃபர் கொலம்பஸைப் போல் புதிய திசையில் செல்லத் துணிந்தால்தான் அமெரிக்காவைப் போன்ற புதிய உலகைக் கண்டுபிடிக்க முடியும்.

பீட்டர் ட்ரக்கர் என்னும் நிர்வாகவியல் விற்பன்னர் இதை மிக அழகாக விளக்குகிறார்: 'ஒவ்வொரு தொழிலுக்கும் பிரதானமான பணிகள் இரண்டு மட்டுமே - மார்க்கெட்டிங் மற்றும் புதுமையான சிந்தைகள்!'

ஒவ்வொரு தொழிலும் அவர்களது வாடிக்கையாளர்களின் தேவைகளைப் பூர்த்தி செய்து அவர்களின் வாழ்க்கைக்கு வளம் சேர்க்க வேண்டும். இதற்கு ஒரு நிறுவனத்தின் அத்தனைத் துறைகளும் ஒருங்கிணைந்து பணிபுரிவது அவசியம். மார்க்கெட்டிங் டிபார்ட்மெண்டுக்கு மட்டுமே அந்தத் தலையெழுத்து என்று மற்றவர்கள் நினைத்து அசட்டையாக இருந்துவிடக் கூடாது.

தடைகள் ஏதும் இல்லாத உலகமயமான உலகத்தில் இன்று நாம் வாழ்ந்து கொண்டிருக்கிறோம். உலகமே இன்று பரந்து விரிந்திருக்கும் ஒரு மார்க்கெட்தான். உலகத்தில் உள்ள அனைத்து மக்களுமே இன்று நம் வாடிக்கையாளர்கள்தான். அதேபோல் உலகத்தில் உள்ள அனைத்து கம்பெனிகளுமே நமக்குப் போட்டியாளர்தான். உக்கிரமான போட்டியாளர் நிறைந்த உலகம் இது. கொஞ்சம் அசந்தாலும் 'கட்டியிருக்கும் கோவணமும் களவாடப் படும்' நிலைதான் இன்றைய மார்க்கெட்டிங்.

போட்டியாளரின் உக்கிரத்தை விளக்கும் கதை ஒன்று உண்டு. இரண்டு நண்பர்கள் வேட்டையாடச் சென்றார்கள். அழகான மாலை நேரம். இதமான தென்றல் வீச்சு. பசுமையான பள்ளத் தாக்கு. கொஞ்சம் காலாற நடப்போம் என்று தங்கள் துப்பாக்கிகளை வண்டியில் வைத்து விட்டு தங்கள் ஸ்போர்ட்ஸ் ஷூக்

களைக் கழற்றித் தோளில் தொங்கப் போட்டுக் கொண்டு நடக்க ஆரம்பித்தனர். மாலை வெய்யிலின் மயக்கத்தில் பழங்கதை பேசிக் கொண்டு வெகுதூரம் நடந்து விட்டனர். அப்பொழுது திடீரென்று சற்று தூரத்தில் அவர்களை நோக்கி ஒரு சிங்கம் பாய்ந்து வருவதைப் பார்த்துவிட்டனர். உடனே திரும்பி தங்கள் வண்டியை நோக்கி ஓட ஆரம்பித்தனர்.

ஒருவன் மட்டுமே ஓட மற்றொருவனோ தரையில் அமர்ந்து தன் ஸ்போர்ட்ஸ் ஷுவைக் கால்களில் போட ஆரம்பித்தான். ஓட ஆரம்பித்தவன் திரும்பி ‘டேய், என்னதான் ஷு போட்டாலும் உன்னால் சிங்கத்தைவிட வேகமாக ஓட முடியாது’ என்றான். அதற்கு அந்த நண்பன் குரூரப் புன்னகையுடன், ‘நான் வேகமாக ஓட வேண்டியது சிங்கத்தைவிட அல்ல, உன்னைவிட’ என்றான்.

இந்த ‘கட் த்ரோட்’ போட்டியாளர்களை கொண்ட தொழில் உலகத்தில் நீங்கள் வாழ, வளர, உயர உங்களுக்கு அளிக்கப் பட்டிருக்கும் ஆயுதம்தான் மார்க்கெட்டிங். அதை திறம்படப் பிரயோகிப்பவன் வெற்றி பெறுகிறான். திறனில்லாமல் தவிப் பவன் தோல்வியடைகிறான்.

மார்க்கெட்டிங், உங்கள் வெற்றிக்கும் தோல்விக்கும் உள்ள வித்தியாசம்!

குறிப்புகளுக்காக

www.ingramcontent.com/pod-product-compliance
Lightning Source LLC
LaVergne TN
LVHW100402181026
850499LV00037B/568
* 9 7 8 8 1 8 3 6 8 1 0 3 2 *